தபால் கதைகள்

சௌ பீ. தாமஸ்

ukiyoto®

Ukiyoto Publishing

Published in 2021

ISBN 978-93-5490-243-7

இந்த படைப்பு ***Pachyderm Tales*** உடன்
இணைந்து தயாரிக்கப்படுகிறது

www.pachydermtales.com

தபால்காரர்களின்

நினைவுளுக்கு...

காலம் கடந்த நினைவுகள் என்றும் மனதை விட்டுச் செல்வதில்லை. இலை நுனியில் மீதமிருக்கும் ஒற்றைத் துளி நீர் மழையின் குளுமையை நினைவூட்டும். அதுபோலவே கடிதங்கள் ஆதிக்கம் செய்த நாட்களும் நெஞ்சை விட்டுப் போவதில்லை. நான் நேரில் கேட்டவைகளையும் பார்த்தவைகளையும் தான் சிறுகதைகளாக்கி உள்ளேன். இந்தக் கதைகள் படிப்பவர் மனதில் நிச்சயம் ஒரு பாதிப்பை உண்டாக்கும். அப்படியெனில் அதுவே ஒரு வெற்றி தான். ஏற்கனவே "ஒரே ஒரு கவிதை" மற்றும் "கவிதையும் நானும்" என்ற கவிதை தொகுப்புகளை வெளியிட்டு இருக்கிறேன். இது எனது மூன்றாவது படைப்பாகும். விமர்சனங்களை எதிர்பார்க்கிறேன்.

சௌ பீ. தாமஸ்

உள்ளடக்கம்

கனத்த நினைவுகளில் தபால்காரரர்

காலை பத்து மணிக்கு என் மனைவியிடம் தேநீர் கேட்டேன். இந்த நேரத்துல தேநீர் தேவையா என்றாள் வெடுக்கென்று. கொஞ்ச நேர கொஞ்சலுக்குப் பிறகு கொஞ்சமாய் தேநீர் கொண்டு வந்து தந்தாள். வீட்டு வாசலில் அமர்ந்து தேநீர் பருகிக் கொண்டிருக்கும் போது தபால்காரரர் மிதிவண்டி மணியடித்து வணக்கம் சொல்லி பக்கத்து வீட்டில் கடிதமொன்றைக் கொடுத்தார்.

என்ன ஐயா, எப்படி இருக்கீங்க? என் அருகில் வந்து நலம் விசாரித்தார்.

நீங்க எப்படி இருக்கீங்க, வேலையெல்லாம் எப்படி போகுது என்று நான் கேட்டேன்.

எங்க போகுது? எவன் மதிக்கிறான்? உங்க காலம் மாதிரி இல்ல. உங்களுக்கு மரியாதை இருந்த மாதிரி எங்களுக்கு இப்ப இல்ல என்று வருத்தப்பட்டு கூறினார்.

என் நினைவுகள் முப்பது வருடங்களுக்கு முன் சென்று நின்றது.

தபால்காரனாக பணியில் சேர்ந்த நாள் கண்ணில் நிழலாடியது. அது ஒரு பொற்காலம். தபால்காரனை

எதிர்பார்த்து நின்ற காலம் இனி திரும்ப வராது என்றேன்.

ஐயா, உங்க கதைய கேட்க எனக்கு நேரமில்லை. நீங்க சொல்ல நினைக்கிறத எனக்கு கடிதத்துல கதையா எழுதி அனுப்புங்க. நான் நிதானமா படிக்கிறேன் என்று சொல்லி புறப்பட்டார்.

பின்னோக்கிய காலங்களில் என் மனம் சஞ்சாரித்து சஞ்சரித்தது.

கடிதத்துல கதை எழுதச் சொல்லியிருக்காரே, என்ன தலைப்பு வைக்கலாம் என யோசித்த போது தலைப்பு முக்கியமா என்ன? இருந்தாலும் தலைப்பு ஒன்னு வேணுமில்ல. அப்ப தான பொருத்தமா இருக்கும்.

கனத்த நினைவுகளில் தபால்காரர்

அன்புள்ள இளம் தபால்காரருக்கு,

நலம், நலமறிய ஆவல். என் அனுபவங்கள் மூலமாக நான் பெற்றதை உங்களுக்கு கதையாக கடிதமாக எழுதுகிறேன்.

நான் பணி ஓய்வு பெற்ற தபால்காரன். தபால்காரனாய் பணியில் சேர்ந்த முதல் நாள் ஞாபகங்கள் நீரலை கோலமாய் நெஞ்சில் பரவி இன்று வரை நீல நீள வட்டங்களாய் அலையலையாய் விரிகிறது. அந்த வட்டம் இன்னும் ஓய்ந்தபாடில்லை. என் நினைவுகள்

அஸ்தமிக்கும் போது அந்த வட்டங்களும் மனதோடு மறைந்து போகும்.

தபால் நிலையத்தில் எங்கு பார்த்தாலும் கடிதங்கள் அடங்கிய பைகளைப் பார்க்கலாம். வழியின் இரு பக்கங்களிலும் குவிந்து கிடக்கும். உட்காரும் நாற்காலியின் மேலும் கீழும் மேஜையின் மீதும் காக்கி வண்ணப் பைகளின் கழுத்தில் டை கட்டிய மாதிரி அழகாய் வாய் பொத்தி சத்தம் காட்டாமல் மௌனமாய் சின்னக் குழந்தை போல அமர்ந்திருக்கும். காகித வாசனை மூக்கைத் துளைக்கும்.

அஞ்சல் தலை மீது குத்தப்படும் டக் டக் டக் என்ற சத்தம் ஏதோ ஒரு திசையிலிருந்து வரும். அது அறை முழுக்க எதிரொலிக்கும். சர் சர் என்ற சத்தத்தோடு கடிதங்களும் கார்டுகளும் கவர்களும் அந்தந்த ஊர் பெயர் எழுதிய பல அறைகள் கொண்ட சின்னச் சின்னப் பெட்டிக்குள் வேகமாய் வீசப்படும் போது அம்சமாய் பாந்தமாய் அமர்வதைப் பார்ப்பதே அழகு தான்.

அதுமட்டுமல்ல, ஏதோ ஒரு மூலையில் டா. . . டிட். . . டா. . . கட். . . கட. . . கடா. . . என்ற குறியீடுகளின் ஒலிகள் தந்திக் கருவி மூலமாக நம்மில் ஒரு கிறக்கத்தைத் தோற்றுவிக்கும் கோவில் மணியோசை மாதிரி.

கடிதங்கள் போலவே மக்களும் வந்து கூடும் இடம் தபால் நிலையம். சிலர் அங்கேயே வந்து கடிதம் எழுதி பசை ஒட்டி பெட்டிக்குள் போட்டு விட்டுச் செல்வார்கள். மேஜைப் பரப்புகளில் பசை ஒட்டியத் தடயங்கள்

கண்ணை உறுத்தும். எவ்வளவு பசை வைத்தாலும் தீர்ந்து விடும். அதில் மனிதர்களின் உளவியலைப் புரிந்து கொள்ளலாம். மேஜை மேலே பசையை கொஞ்சமா வச்சா கொஞ்சமா எடுத்து ஒட்டுவாங்க. நிறைய வச்சா நிறைய எடுத்து நிறைய ஒட்டுவாங்க. சந்தனம் நெறைய இருந்தா எங்கெல்லாம் தடவுவாங்கன்னு நமக்குத்தான் தெரியுமே!

சிலர் பேனாவை அடுத்தவரிடம் எழுதக் கொடுத்து விட்டுக் காத்துக்கிடப்பார்கள். அந்தப்பக்கம் இந்தப்பக்கம் வேடிக்கைப் பார்த்து திரும்புவதற்குள் பேனா வாங்கியவர் அப்படியே போய்விடுவார். ஏமாற்றத்துடன் திரும்பியவர்களும் உண்டு. இன்று மூடியை வைத்துக்கொண்டு பேனாவைக் கொடுப்பது போல் அன்று இல்லை. வெள்ளந்தித்தனம் நிறைந்த காலம் அது.

அன்று தபால் கட்டுகள் அடங்கிய ஒரு பையை என்னிடம் கொடுத்து வேலையை தொடங்கி வைத்தார் என் அதிகாரி.

தபால்காரரர் மிதிவண்டியில் ஏறி இறங்கி நடந்து ஒவ்வொரு வீடாகச் சென்று வெயிலோ, நிழலோ, மழையோ, பனியோ, குளிரோ எதுவும் பார்க்காமல் இன்முகத்தோடு தம் வேலையைச் செய்ய வேண்டும். நாள்தோறும் உயிரைப் பணயம் வைத்த பயணங்களும் உண்டு.

நான் வீட்டு விலாச எண்களை ஏறுவரிசையில் அடுக்கி வைத்து சிறு நகரத்திலிருந்து புறப்பட்டு கிராமங்களுக்குச் செல்லும் போது ஒரு வித பரவசம்

என்னில் ஆட்கொள்ளும். அன்றைய நாளை என்னால் மறுக்கவும் முடியாது மறக்கவும் முடியாது.

ஒவ்வொரு வீடாக தபால் கொடுத்துக்கொண்டே வந்தேன். ஒரு வயதான பாட்டி என்னிடம் வந்து, "ஐயா, கல்யாணமாகி டவுனுக்கு போன என் மகள்ட்ட இருந்து ஏதாவது கடிதம் வந்ததா?" என்று கேட்டார்.

உங்க பேரு என்ன என்று கேட்டதும் வரிசையாக அடுக்கி வைத்த தபால்களைப் புரட்ட ஆரம்பித்தேன் ஒற்றை நெல்மணிக்காக கூண்டில் அடைத்த ஜோசியக் கிளி போல, பேரைச் சொன்னதும் அடுத்த கடிதமே அவருக்கு வந்தது. எடுத்துக் கொடுத்தேன்.

யாருக்குப் படிக்கத் தெரியும்? நீயே படிச்சு சொல்லு என்றார்.

நான் மெதுவாக கடிதத்தைப் பிரித்து படிக்கத் தொடங்கினேன்.

அன்புள்ள அம்மாவுக்கு,

> நீ நலமாக இருப்பாய் என்று நம்புகிறேன். ஆனால் நான் இங்கு அப்படி அல்ல

என்று எழுதியிருந்ததைப் படித்ததும் தொண்டைக்குள் ஏதோ அடைத்தது போல் உணர்ந்தேன்.

கடிதத்திலிருந்து கண்களை விலக்கி மெல்ல அந்தப் பாட்டியைப் பார்த்தேன், அவரின் கண்கள் நிலை குத்தி நின்றது.

மேல படி என்றார் ஈனக்குரலில்.

நல்லவன்னு நெனச்சி கட்டிக் கொடுத்தியே அந்த மவராசன் என்னய எப்ப பார்த்தாலும் திட்டிக்கிட்டே இருக்குறான். நான் அவனுக்கு ஏத்த ஜோடி இல்லையாம். நீ போட்ட பத்து சவரன் நகைய வித்து தின்னுபுட்டாங்க படுபாவிப் பசங்க. பண்ட பாத்திரத்தையும் விட்டு வைக்கல. அவனும் அவன் அக்காவும் அவன் ஆத்தாளும் தினமும் என்னய அடிச்சி துவைக்குறாங்க. ஒரு நாள் நல்லாக் குடிச்சிட்டு வந்து என் கன்னத்துல சிகரெட்ட வைச்சி சூடு போட்டான். இப்படியே இங்கு என்னால வாழ முடியாது.

எப்ப வந்து கூட்டிட்டுப் போவ. அந்த நாள நெனச்சி தினந்தினம் சாமிய கும்புடுறேன். அவன்ட்ட இருந்து விடுதலை கிடைச்சா குலதெய்வத்துக்கு பொங்கல் செஞ்சு போடுறேன்.

சீக்கிரம் வாம்மா மனசு விட்டுப் போச்சு. உயிர் எப்பயோ போச்சு.

அன்புடன்,

நீ ஆசையா வளர்த்த அன்பு மகள்.

ஏ. . . மாரியாத்தா இத நீ என்னான்னு கேக்க மாட்டியா வயிறு எக்கி எடுத்த பெருங் குரலால் சப்தநாடியும் அடங்கிப் போனது எனக்கு.

அந்தப் பாட்டியின் அழுகையும் நிற்கவில்லை, கண்ணீரும் நிற்கவில்லை. அன்றைய இரவில் துக்கம் கண்ணில் நிற்கும் போது என்னில் தூக்கமில்லை.

தபால்காரனும் சாதாரண மனுஷன் தான். வெளியிலிருந்து பார்க்கும் போது ஒன்னும் தெரியாது. ஆனா அவனுக்குள்ளே சந்தோசம் மகிழ்ச்சி ஆனந்தம், துக்கம் துயரம் வேதனை எத்தனையோ இருக்கு.

அவனுடையதும் பிறருடையதும் அவன் மனசைப் பாடாய்படுத்தும்.

இந்த அனுபவம் உங்களுக்கு கிடைத்திருக்கும் என்பது சந்தேகம் தான்.

அன்றொரு நாள் தபால் கொடுத்து விட்டு பதினொரு மணியளவில் சிரித்துக் கொண்டே தேநீர் கடைக்கு வந்தேன்.

என்னப்பா சிரிச்சிக்கிட்டு வருகிறாய் என்று என்னுடன் பணி புரியும் வேறொரு பகுதியில் விநியோகம் செய்த என் சக தபால்காரர் கேட்டார்.

ஒரு வீட்ல கடிதம் கொடுத்தேன், அவங்க படிக்கச் சொன்னாங்க, மகன் அம்மாவுக்கு எழுதியிருக்கான். அதப் பார்த்ததும் எனக்கு சிரிப்பு வந்துருச்சு.

அதுல என்னப்பா சிரிப்பு இருக்கு?

நான் என்றைக்கோ படித்த கதை ஞாபகம் வந்துச்சு, அத நெனச்சேன் சிரிப்பு தானா வந்துருச்சி.

எங்க கதைய சொல்லு பார்க்கலாம்.

ஒரு நாள் பள்ளிக்கூடத்துக்கு ஒருத்தன் போயிருக்கான். கரும்பலகையில் அம்மா ஆடுன்னு நெறைய எழுதிப் போட்டு எழுதவும் படிக்கவும் சொல்லிக் கொடுத்துருக்காங்க. இது இவனுக்கு பிடிக்கல. அம்மா என்ற எழுத்து மட்டும் மூளையில பதிஞ்சி போச்சு.

மறுநாளிலிருந்து இவன் பள்ளிக்கூடத்துக்கு போகல. இப்படியே வளர்ந்து பெரிய ஆளா வளர்ந்துட்டான். பக்கத்தூர்ல பொண்ணு பாக்கப் போயிருக்கான். பொண்ணு வீட்ல மாப்ள என்னா படிச்சிருக்காரு என்று கேட்டதும் நான் நெறைய நெறைய படிச்சிருக்கேன்னு பொய்யச் சொல்லி கல்யாணமும் கட்டிக்கிட்டான். கல்யாணம் முடிஞ்சி மறுவீட்டுக்கு வந்து, "மாப்ள இதப்படிச்சு சொல்லுங்க என்று கொடுக்க அவனும் கடிதத்தப் பிரிச்சு பார்த்துருக்கான். பார்த்ததும் கண்ணில் நீர் தழும்பியது நம்ம மாப்பிள்ளைக்கு.

ஐயோ, மாப்ள அழாம விசயத்த சொல்லுங்க, சூழ்ந்திருந்த அனைவரும் கேட்டனர்.

ஏன் மாப்ள அழுகிறாராமா?

இருங்க விசயத்த சொல்றேன்.

சீக்கிரம் சொல்லு. எனக்கும் ஆவலா இருக்கு.

கரும்பலகையில் பெரிசு பெரிசா தானே எழுதியிருப்பாங்க, ஆனா கடிதத்துல எழுத்து சின்னதாத் தானே இருக்கும். அவன் படிச்சதக் கேட்டு அங்க இருந்தவங்க எல்லோரும் அழுதுருக்காங்க.

அப்படி என்ன தான் அவன் படிச்சுச் சொன்னான். சீக்கிரம் சொல்லு என்று அவரசப்படுத்தினார் என் சகா.

பெரிய 'மா' இல்ல சின்ன 'மா' தான் இருக்குனு சொல்லியிருக்கான். பெரியம்மா செத்துப்போச்சின்னு ஊரே அழுது புலம்பியிருக்கு. அத நினைச்சேன் சிரிப்பு வந்துருச்சு.

அப்புறம் மாப்ள நிலைமை என்னாச்சி? என்று என் சகா கேட்டார்.

எழுத படிக்கத் தெரியாத மாப்பிளைக்கு ஊரே ஒன்னு கூடி தர்ம அடி கொடுத்துருக்கு.

மாப்ள மாட்டிக்கிட்டாரா?

சரி சரி. வேல நிறைய இருக்கு என்று அவர் அடுத்த பகுதிகளுக்கு புறப்பட்டுச் சென்றார்.

நானும் கடிதங்கள் நிறைய இருந்ததால அங்கிருந்து சிரித்துக் கொண்டே புறப்பட்டேன்.

கடிதம் என்பது என்னான்னு தெரியுமா, " நேரில் போய் பார்க்க முடியாத ஏழை மக்களுக்கு அம்பது காசு செலவில தனது சுக துக்கங்களைப் பகிர்ந்து கொள்ள உதவும் ஓர் உன்னதமான மனசின் வெளிப்பாடு தான் கடிதம்.

பேனா நண்பர்களப் பத்தி எத்தனை பேருக்குத் தெரியும்?

எத்தனையோ சந்தோஷம் தருகின்ற விஷயங்கள் நிறைய இருக்குது இந்தப் பூமியில என்று நினைத்துக் கொண்டே மிதிவண்டியை மிதிக்கத் தொடங்கினேன்.

உலகத்தில எந்த மூலையில் இருந்தாலும் பதினைந்து காசுல அஞ்சல் அட்டைல சொல்ல வந்தத சொல்லிறலாம்னு நினைக்கிற போதே எவ்வளவு பிரம்மிப்பா இருக்கு.

கோடை விடுமுறையில ஒரு பெரிய வீடு முன்னால நின்னு தபால்ன்னு குரல் கொடுத்தேன். உள்ளே வான்னு கூப்பிட்டாங்க. நானும் மிதிவண்டியை வெளியில் நிறுத்தி விட்டு உள்ளே போய் கொடுத்துட்டு வாசல் வரும் வேளையில் சின்னப்பிள்ளைகளெல்லாம் ஓ. . . என்று கூச்சலிட்டார்கள்.

நான் பயந்து போய் என்னான்னு கேட்டேன், "எங்க மாமா அத்தை, பெரியம்மா பெரியப்பா, சித்தி சித்தப்பா அவங்க பிள்ளைங்க எல்லாரும் இங்க விடுமுறைக்கு வாராங்களாம்" என்ற போது அந்தப் பிஞ்சு முகத்துல இருந்த சந்தோசம் இன்னும் கண்ணு முன்னால நிக்குது.

இப்பொழுது இது மாதிரி நடக்குமா? ஒன்னா கூடி வாழ்ந்த காலம் எத்தன கோடி கொடுத்தாலும் வராது. அத நினைக்கும் போது மனசு கஷ்டமா இருக்கு.

மற்றொரு நாள் நான் வேலைக்கு மிதிவண்டியை எடுக்கும் போது என் மகள் ஓடி வந்து அப்பா, வரும் போது கணக்கு நோட்டு வாங்கி வாப்பான்னு சொன்னாள்.

அன்று என்னிடம் ஒரு காசு கூட கிடையாது. வறுமையை நெனச்சு திட்டிக்கிட்டே புலம்பிக்கிட்டே வந்தேன். நிறையக் கடிதங்களோடு மணியாடரும் இருந்துச்சு. ஒருத்தருட்ட நூறு ரூபாய் மணியாடர் கொடுத்துட்டு மிதிவண்டிய எடுக்குறதுக்கு நேரத்தக் கடத்தினேன். அவரு புரிஞ்சுக்கிட்டு ஒரு ரூபாய் கொடுத்தாரு. என் நெஞ்சில பால வார்த்தாரு.

அந்த ஒரு ரூபாயில் கணக்கு நோட்டு வாங்கி என் மகள்ட்ட கொடுத்தப் பிறகு நீ தான் அப்பான்னு ஒரு பார்வப் பாத்தா பாரு. அதுல ஆயிரம் வார்த்த அடங்கி இருந்துச்சு. ஆயிரம் அர்த்தம் இருந்துச்சு. சொல்ல வந்ததப் பார்வையால புரிய வச்சுட்டா.

அதுமட்டுமா. கீழத்தெருவுல நாலாவது வீட்டு லலிதா கிட்ட கடிதத்தக் கொடுத்ததும் பின்னால திருப்பிப் பார்த்தவுடன் கண்ணு ரெண்டும் கலங்கியது.

அத இன்னைக்கு நெனச்சாலும் எனக்குப் புல்லரிக்கும். புருஷனோட பிரிவு என்னான்னு அவ கண்ணு சொல்லுச்சு. வெக்கத்துல நரம்பெல்லாம் சூடேறி முகமெல்லாம் சிகப்பாச்சி.

புருஷன் வெளிநாட்டுல இருக்கான், அவன்ட்ட இருந்து கடிதம் எப்ப வரும்ன்னு துடியாத் துடிச்சிருக்கா. கடிதத்தப் பாத்ததும் அவனே முன்ன வந்து நின்ன மாதிரி அழுகையை மறைத்து துள்ளிக் குதிச்சிட்டா. அதப் பார்க்கும் போது எவ்வளவு சந்தோசமா இருந்துச்சு தெரியுமா?

தொலைதூரத்துல இருக்குறவங்களுக்குத் தான் தெரியும் அன்பு பாசம் நேசம் எல்லாம். பக்கத்துல இருக்கும் போது அதன் அருமை தெரியாது.

கடிதம் என்பது உள்ளத்தின் வெளிப்பாடு. கடிதம் என்பது உறவுகளின் மாய பிம்பம். கடிதம் என்பது ஒரு வழி உரையாடல். கடிதம் என்பது உணர்வுகளின் மௌன மொழி. கடிதம் என்பது தகவல்களின் எழுத்துப் பரிமாற்றம். கடிதம் என்பது எதிர்பார்ப்பு. கடிதம் என்பது நினைவுகளின் காகித வடிவம். கடிதம் என்பது ஒலியற்ற வார்த்தைகளின் சித்து விளையாட்டு. அது என்னவெல்லாம் செய்யும்!

முன்பெல்லாம் பேனா நண்பர்கள் இருந்தார்கள். முகம் தெரியாதவர்களிடம் எழுத்தின் மூலமே தோழமை பாராட்டுவது தான் பேனா நண்பர்கள். அதுல ஏமாற்றம் இருக்காது, எதிர்பார்ப்பும் இருக்காது. நீண்ட தொலைவில் உள்ளவர்களோடு அன்பின் பரிமாற்றம். அங்கே அன்புக்கு அன்பு மட்டுமே பண்டமாற்றம். கடவுளுக்கு இன்னொரு பெயர் அன்பு. இப்பொழுது இருக்கிற தலைமுறைக்கு பேனா நண்பர்கள் என்ற அமைப்பு இருப்பதே தெரியாது.

காந்திக்கு லியோ டால்ஸ்டாய் எழுதிய கடிதங்கள் அஹிம்சை வழி போராட்டத்தை வளர்த்தது. நேரு தன் மகள் இந்திராவுக்கு எழுதிய கடிதங்கள் வரலாற்றைத் திரும்பிப் பார்க்க வைத்தது. மாவீரன் நெப்போலியன் தனது மனைவி ஜோஸ்பினுக்கு எழுதிய கடிதங்கள் நெஞ்சை உருக்கும். ஆல்பர்ட் ஐன்ஸ்டீன் தனது ஆராய்ச்சிக்கு கிடைத்த வெற்றியை பகிர்ந்து கொள்ள தனது நண்பர் மிச்சல் பெஸ்சோவிற்கு எழுதிய கடிதம், அமெரிக்க அதிபர் ஆபிரஹாம் லிங்கன், 'இதையெல்லாம் என் மகனுக்கு கற்றுத் தாருங்கள்' என்று தனது மகனின் ஆசிரியருக்கு எழுதிய கடிதம் மற்றும் ஔரங்கசீப் தனது ஆசிரியருக்கு மனம் வெறுத்து எழுதிய கடிதம் இவையெல்லாம் கடந்த கால பொக்கிஷங்கள். டாக்டர் பட்டம் பெறுவதற்காக தன் மனைவியை ஏழு ஆண்டுகள் பிரிந்திருந்த போது ஜென்னிக்கு ஏற்பட்ட தாளாத மன வலிக்கு மன வலிமையை தந்தது கார்ல் மார்க்ஸின் காதல் கடிதங்கள். ஜென்னி மட்டும் சளைத்தவரா என்ன? இல்லறத்தில் இருப்பவர்கள் மார்க்ஸ் ஜென்னி எழுதிய கடிதங்களை அவசியம் படிக்க வேண்டும். காதல் என்ற சொல்லுக்கு காதல் என்ற உணர்வுக்கு வடிவம் தந்தால் அது மார்க்ஸ் ஜென்னி தான். ஜென்னிக்கு தான் எழுதிய இறுதிக் கடிதமே இதய அஞ்சலி கடிதமாக மாறிப் போனது பரிதாபம் தான்.

கடிதங்களால் உலகத்தைப் புரட்டிப் போட்ட சம்பவங்கள் ஏராளம். கடிதங்களே புரட்சிகளின் அடிநாதம்.

அதுபற்றி உங்களுக்கு கட்டாயம் தெரிந்திருக்காது.

இப்பொழுது தெரிகிறதா, வெறும் காகிதங்களைச் சுமந்து செல்லும் கழுதைகள் அல்ல நாம். குதிரைகள் மீதேறி தகவல்களை கொண்டு சென்ற காலங்களும் உண்டு. பல உள்ளங்களின் உணர்வுகளை வாரி அணைத்துச் செல்லும் காதலர்கள். இன்னும் சொல்லப் போனால் சிறகுகளின்றி மிதிவண்டி மிதித்துச் செல்லும் தேவதைகள் நாம்.

நாம பார்க்குற வேலையில நேர்மையும் அர்ப்பணிப்பும் இருந்தால் எந்த வேலையும் சந்தோசம் தான்.

கிராமத்துல வயதானவங்க அவங்களுடைய முதியோர் உதவித் தொகைக்காக காத்திருப்பாங்க. அவர்களுடைய கையில் உதவித் தொகைக்கான பண அஞ்சலைக் கொடுத்ததும் அப்பத்தான் அவங்களுக்கு உயிரே வரும். அன்பு மிகுதியாலே ஒரு வாய் மோர் குடிச்சிட்டுப் போன்னு கொடுப்பாங்க. கொடுத்த மோருல வெண்ணெய் திரளும். திரண்ட வெண்ணெயில அன்பு மிதக்கும். நம்ம தமனியில் புது ரத்தம் பாயும். அத நம்மால உணர முடியும்.

புளிப்பில்லாத மோர் குடித்து விட்டு வரும் பொழுது என் தபால் பையை இரண்டு பேர் பறித்துக் கொண்டு ஓடினார்கள். அந்தப் பையில் மணியாடர் ரூபாய் இல்லடா, லெட்டர் மட்டும் தாண்டா இருக்கு என்று சொன்னதும் பையைக் கீழே போட்டு ஓடினார்கள். அக்கிராமத்திலும் அக்கிரமக்காரர்கள் இருந்தார்கள்.

எங்கே தான் இல்ல?

இன்னொரு நாள் நாலாவது தெரு மூணாவது வீட்டுல இருக்கிற முத்தையாவிடம் அவனுக்கு வந்த கடிதத்தக் கொடுத்தேன். வாங்கியவுடன் கடிதத்தக் கிழிச்சுப் போட்டுட்டான். ஏன்னு கேட்டேன். வாயில வார்த்த வரல கண்ணுல நெருப்பு வந்துச்சு. என் நெஞ்சு திடுக்கிடுச்சி.

என்ன வேதனையோ யாருக்குத் தெரியும்?

நாணயத்துல ரெண்டு பக்கம் இருப்பது போல மக்களிடம் மூணு பக்கம் இருக்கும். சந்தோசம், துக்கம், கோபம் இந்த மூன்றையும் ஒருசேர தபால்காரன் பார்க்கலாம்.

தபால கொடுத்தவுடன் அத திருப்பி வாங்கி படிச்சிச் சொல்லும் போது சிரிச்சா சிரிக்கணும், அழுதால் ஆறுதல் சொல்லணும். அது ஒரு திரிசங்கு நிலை.

ஒரு நாள் காலையில பையில வைக்க முடியாம பெரிய அட்டை பெட்டியத் தூக்கிட்டு போனேன். வீட்டு வாசல்ல நின்னு ராஜான்னு பெயர் சொல்லி கூப்பிட்டதும் ஓடி வந்த அந்தப் பையன் ஒன்பதாவது படிக்கிறான். பிறந்த நாளைக்கு சிங்கப்பூரிலிருந்து அவனது மாமா ஆயத்த ஆடைகள் வாங்கி அனுப்பியிருக்காரு. அந்தப் பையன் கையெழுத்தப் போட்டு பார்சல வாங்கி என்னய கட்டிப் பிடிச்சு சிரிச்சிக்கிட்டே கத்துறான் கத்துறான் தொண்டை கிழிய கத்துறான். இந்த அற்புதமான உணர்வின் கொந்தளிப்புகள் எங்கு கிடைக்கும்?

கோடை விடுமுறையில் மஞ்சள் கலர் தபால் அட்டையை கொண்டு வரும் போது பாஸா பெயிலா

என்று துடிக்கும் பள்ளிக்கூடப் பிள்ளைகளின் தவிப்பு நமக்கு சிரிப்பைக் கொடுக்கும். பாஸ் செய்தவன் துள்ளிக் குதிப்பான், பெயிலானவன் அழுது புலம்புவான். அதப் பார்க்கும் போது மனசு என்னவோ செய்யும். சாதிக்க இன்னும் காலம் நிறைய இருக்குடா கவலப்படாதே என்று சொல்லும் போது கண்ணீரத் தொடச்சிக்கிட்டு பார்ப்பான், அந்தப் பார்வையில இளம்பச்சை நம்பிக்கை தளிர் அவன் கண்ணுல தெரியும். அது ஓர் அழகான இம்சை. நம்பிக்கையை வளர்ப்போம், அது தானா கிளை பரப்பி கொடி விரித்து பூத்துக் குலுங்கி வாழ்நாள் முழுவதும் மணம் பரப்பும். பலர் மனம் நிறையும்.

நமக்கும் சின்னதா ஒரு சந்தோசம். இந்தச் சந்தோசம் நிச்சயம் உங்களுக்கு கிடைத்திருக்காது என்று உண்மையாகவே சொல்கிறேன் என்பதில் சற்று கர்வம் அதிகம் தான் எனக்கு.

தீபாவளி பொங்கல் புதுவருட வாழ்த்து அட்டை கை நிறைய, மனசெல்லாம் மகிழ்வு நிறைய. இப்போதெல்லாம் வாழ்த்து அட்டைகள் காலாவதி ஆயிருச்சி.

போதிய அஞ்சல் தலை ஒட்டாமல் வாழ்த்து அட்டைகள் வரும். தபால் தலைக்கான மீதி காசைக் கேட்டால் தரமாட்டான். எவன் அனுப்புனானோ அங்க போயி கேட்டுக்கோ என்று சொல்லுவான். அவர்களிடம் கெஞ்சிக் கூத்தாடிக் காசு வாங்குறதுக்குள்ள நம்ம தொண்டைத் தண்ணி வற்றிப் போகும்.

வந்திருந்த கடிதங்களைப் படிப்பது மட்டுமல்லாமல் மனித உள்ளங்களையும் படிக்க முடியும் என்பது மிகப்பெரிய கொடுப்பினை அல்லவா?

பணி நியமன ஆணை கடிதம் வந்ததும் கண்ணீர் மல்க நன்றி சொன்ன இளைஞர்கள் எத்தனை பேர் தெரியுமா?

சில கிராமங்களில் மேல் படிப்பு படிக்கலாமா அல்லது படித்த படிப்புக்கு வேலைவாய்ப்பு அலுவலகத்தில் வந்த ஆணை கவரை காண்பித்து, "போஸ்ட் மேன் இதுல நான் எத தேர்ந்தெடுக்கலாம்ன்னு சொல்லுங்க என்று கேட்பவர்களின் அப்பாவித்தனமும் என்னை ஆதர்சனாக நினைப்பதும் என்னைப் புழங்காகிதமடையச் செய்யும்.

முதல்ல கிடைச்ச வேலையில சேர்ந்துக்கோ. அப்புறம் மேல் படிப்பு படிக்கலாம்ன்னு சொன்னதும், "நான் ஏற்கனவே இதத்தான் சொன்னேன்" கேட்க மாட்டேன் என்கிறான் என அவனுடைய தாய் தகப்பன் சொல்லும் போது அவர்களின் அனுபவம் தெரிந்தது.

சோகனூர் கிராமத்துல ஆரம்பப்பள்ளி தலைமை ஆசிரியர் காண்டீபனுக்கு அடிக்கடி கடிதங்கள் வரும். வரும் போதெல்லாம் என்னைப் பார்த்து சிரிப்பார். அதில் ஒரு சினேகம் தெரியும். காண்டீபன் சாருக்கு வாரத்துல பத்து கடிதமாவது வரும். எல்லாமே அவரிடம் படிச்ச பசங்களுடைய கடிதமாகத் தான் இருக்கும். அது மட்டுமில்லாம அவர் எழுதி கத்தை கத்தையா கடிதங்களைக் கொடுத்து போஸ்ட் செய்யச் சொல்லுவாரு. அதை வாங்கி நான் சாயங்காலம்

போகும்போது கோவில் முன்பாக பிள்ளையார் சிலை இருப்பது போல் தபால் நிலையம் முன்பாக அமைதியாக அமர்ந்திருக்கும் சிவப்பு தபால் பெட்டியில் போட்டுட்டு தான் வீட்டுக்குப் போவேன். இல்லைன்னா காலையில தபால் பெட்டியில போடுவேன்.

விஜயதசமி நாளில் கடிதம் கொடுக்க கிராமத்திற்குள் சென்றால் ஒரு பத்து பதினைந்து பெற்றோராவது தன் பிள்ளைகளோடு எனக்காக காத்திருந்து நான் வந்தவுடன் தம்பி வாப்பா பள்ளிக்கூடம் வரைக்கும் போய்ட்டு வருவோம் என்று அழைத்துச் சென்று தம் பிள்ளைகளை பள்ளியில் சேர்த்து பிள்ளைகளின் கையை என்னிடம் கொடுத்து முதல் முதலா எழுத்த எழுதிக் கொடு என்பார்கள் வாஞ்சையோடு.

நானும் மென்மையானத் தளிர் விரல்களைப் பிடித்து "அ" என்று எழுதித் தருவேன். கற்றுக் கொடுத்தவன் தகப்பன் எனில் இவர்களும் என் பிள்ளைகள் தான். நான் தகப்பனா? அல்லது ஞானத் தகப்பனா? அல்லது இறைவனா? அது எதுவாகவோ இருக்கட்டும். உள்ளம் அடையும் பூரிப்பில் தூக்கம் வராது.

எல்லோருக்கும் தபால்காரன் என்றாலே ஏதோ புரியாத பாசம் பொங்கி வழியும். தபால்காரர் எந்தப் பகுதிக்கு செல்கிறாரோ அந்தப் பகுதி மக்களிடம் இவர் நம்ம ஆளு என்ற நேசம் அப்பட்டமாய் தெரியும்.

கடிதத்தக் கொடுத்துக்கிட்டே தெருவில் உள்ள தேநீர் கடையைத் தாண்டும் போது, "ஏலேய் நம்ம போஸ்ட் மேன் வாராப்பா" அவருக்கு ஒரு டீயோ அல்லது காபியோ போடு என்று சொல்லி குடிக்க வைச்சு

அனுப்பியது எத்தனை நாட்கள். அதையெல்லாம் மறக்கத் தான் முடியுமா?

அப்படித்தான் ஒரு நாள் தபால் கொடுக்கச் செல்லும் போது என் கூடவே இன்னொரு தபால்காரரையும் அழைத்துச் சென்றேன். இத ஒரு சிலர் கவனிச்சு இருப்பாங்க போல. எப்பா போஸ்ட் மேன், இங்க வா என்று ஒரு முதியவர் என்னை அழைத்தார். என்ன ஐயா என்று அவர் பக்கத்தில் அமர்ந்தேன். உங்கூட வர்றவன் கிட்ட எந்த தபாலும் இல்ல. நீ மட்டும் தான் வச்சிருக்க. அவன் சும்மா மிதிவண்டியில வர்றான். என்ன விஷயம் என்று கேட்டார்.

அடுத்த வாரத்துல இருந்து நான் இந்தக் கிராமத்துக்கு வர மாட்டேன். அதுக்கு பதிலா இவன் தான் வருவான் என்றதும் ஏன் என்று கேட்டார்.

எனக்கு வேற ஊருக்கு மாத்திருக்கு. இனிமே நான் வர மாட்டேன் என்றதும் நாங்க வந்து போஸ்டாபீஸ்ல சொல்றோம், நீ தான் வேணுமின்னு. என்ன சொல்ற என்று என்னை பிரிய மனமில்லாமல் கேட்டார். தாயா பிள்ளையா பழகிட்டோம் என்றதும் சின்னதாய் கண்ணீர் துளி துளிர்த்தது.

ஒரு முறை கோவில் திருவிழாவுக்கு அழைத்து மேடையேற்றிப் பொன்னாடை போர்த்தி கௌரவப்படுத்தினார்கள். மூக்கு முட்ட கறி சோறு போட்டு அமர்க்களப்படுத்தி விட்டார்கள்.

அவர்கள் வீட்டில் ஞாயிற்றுக்கிழமை கல்யாணம், காது குத்து, சடங்கு எது என்றாலும் எனக்கும் பத்திரிக்கை கொடுத்து அழைப்பார்கள். நானும் போயிட்டு

வருவேன். சாப்பாட்ல நமக்கு தனிக் கவனிப்பு நடக்கும். மற்ற கிழமை நாட்கள் என்றால் அழைத்துச் சென்று சாப்பிட வைத்து அனுப்புவார்கள். ஏன்னென்று கேட்டால் நீயும் நம்ம பிள்ள தான என்பார்கள் அன்போடு.

அருணாசலபுரத்து கிராமத்துல நுழைந்து முதல் வீட்டில் தபால் கொடுத்து விட்டு பக்கத்து வீட்டு தமிழ் வாத்தியார் ஜெயபாலக் கிருஷ்ணன் ஐயாவிடம் பேசிக் கொண்டிருக்கும் போது ஏலேய், தபால்காரர கூப்புடுறா என்ற சத்தம் என் காதில் கேட்டதும் வீட்டிலிருந்து ஒரு பையன் ஓடி வந்தான். அந்தப் பையனிடம் என்ன விடயம் என்று கேட்டுக் கொண்டிருக்கும் போது ஒரு முதியவளும் இராணுவத்தில் பணி புரியும் அவள் மகனும் என்னை நோக்கி வந்தனர். நான் அந்த இராணுவ வீரனிடம் நலம் விசாரித்தேன். ஏம்ப்பா தபால்காரரே, "நீ தபால் கொடுத்துட்டு போற, எம்பிள்ள பின்னாலேயே வந்துட்டாம்பா என்று சொன்னதும் அங்கிருந்த அனைவரும் வாய் விட்டு சிரித்தோம். இராணுவ முகாமிலிருந்து எழுதிய கடிதம் வந்து சேர்வதற்கே அவ்வளவு நாட்களாகியது. இதே போல் நிறைய நகைச்சுவையும் அவ்வப்பொழுது நடக்கும்.

ஐயா மகிமா, மகிதா என்ற தன் இரண்டு மகள்களுக்கு திண்ணையில் அமர்ந்து கதை சொல்லிக் கொண்டிருந்தார்.

என்ன ஐயா, கதை சொல்லித் தருகிறீர்களா என்று கேட்டேன்.

ஆமா போஸ்ட்மேன் என்றார்.

என்ன கதை சொல்றீங்க?

காக்கா கதை.

எத்தனை முறை கேட்டாலும் சலிக்காது என்றேன்.

வாங்க, சூடா தேநீர் குடிப்போம் என்று சொல்லி தனது மனைவியிடம் எனக்கும் சேர்த்து தேநீர் கொண்டு வா என்றார்.

நானும் திண்ணையில் அமர்ந்தேன்.

ஒரு ஊர்ல ஒரு வயதான பாட்டி வடை சுட்டு விற்றுக் கொண்டிருந்தார். எதிரே இருந்த மரத்தின் மீது ஒரு காகம் அமர்ந்திருந்தது.

எத்தனை காகம் அமர்ந்திருந்தது என்று ஐயா மகள்களிடம் கேட்டார்.

இருவரும் ஒரு காக்கா என்றார்கள்.

பாட்டியின் பார்வை வேறொரு பக்கம் திரும்பி இருக்கும் போது காகம் வேகமாய் வந்து ஒரு வடையை எடுத்துச் சென்றது.

ஐயா, இருங்க. இந்தக் கதை எனக்கும் தெரியும். காகம் திருடிச் சென்றது என்று தான் எனக்கு சொல்லிக் கொடுக்கப்பட்டது, நானும் எனது பிள்ளைகளுக்கு காகம் திருடிச் சென்றது என்று தான் சொல்லித் தந்திருக்கிறேன் என்றேன்.

அதற்கு அவர் ஆறறிவு தான் திருடும். ஆறறிவுக்கும் குறைவானவர்கள் திருட மாட்டார்கள் என்றார்.

அஃறிணையை உயர்திணையாக்குகிறாரே என்று நினைத்தேன்.

அதற்குள் இரண்டு குவளை தேநீர் வந்தது.

எப்பா பேசாம கதையை சொல்லுப்பா என்றார் மகிமா.

வடையை எடுத்துச் சென்ற காகம் மரத்தின் மீது அமர்ந்தது.

அந்த வழியே நரி ஒன்று பசியோடு வந்தது. காகத்தைப் பார்த்து நலம் விசாரித்தது. இருவரும் தங்களது நலத்தை பரஸ்பரம் தெரிவித்துக் கொண்டார்கள். மரத்திலிருந்து கீழிறங்கி வந்த காகம் தன்னிடமிருந்த வடையை நரிக்கு பாதியை பங்கிட்டுக் கொடுத்தது. நரியும் காகமும் பசியாறினார்கள்.

இந்தக் கதையிலிருந்து நமக்கு என்ன தெரியுது?

நீயே சொல்லுப்பா என்றார் மகிதா.

நம்மிடம் இருப்பதை இல்லாதோரிடம் பகிர்ந்து கொள்ளணும். இது தான் இந்தக் கதையிலிருந்து நாம் தெரிந்து கொள்கிறோம்.

என்ன ஐயா, கதையை அப்படியே மாத்திட்டீங்களைய்யா?

எதை விதைக்கிறோமோ அதுதான் விளையும் என்றாரே பார்க்கலாம். நானும் அன்றிலிருந்து யாருக்கு கதை சொன்னாலும் இப்படித்தான் சொல்கிறேன். சொன்னாரு பாரு, நச்சுன்னு ஒரு வார்த்தை.

சமூகத்துக்கு தேவையில்லாத தீய கருத்துக்களைத் தூக்கி எறிவது தான் புரட்சி. அந்த வகையில் பார்க்கப் போனா தமிழ் வாத்தியார் ஜெயபாலக் கிருஷ்ணனும் ஒரு புரட்சியாளன் தான்.

இந்த மாதிரி கதையை நீங்கள் எங்காவது கேட்டதுண்டா?

அந்தக் கதையை கேட்டு ஐயாவின் புதுமையான சிந்தனைகளை நினைத்துக் கொண்டே தெருவில் செல்லும் போது ஏதாவது தபால் இருக்கா என்று ஆவலோடு கேட்பவர்களுக்கு இருக்குன்னு சொல்லும் போது புன்னகையும் இல்லைன்னு சொல்லும் போது சோகத்தையும் பார்க்கலாம்.

தபால்காரரின் மிதிவண்டி மணிச்சத்தம் கேட்டதும் யாரை நினைக்கிறோமோ அவர் முகம் முன்னால் நிற்கும் கடிதத்தின் வாயிலாக என்று பலர் சொல்லக் கேட்டதுண்டு.

வாலிப பசங்களோட காதல் கடிதம் கொடுக்கும் போது இருபாலர்களிடமும் முகம் தாமரையாய் மலரும்.

பெண்கள் என்றால் யாரும் பார்க்கிறார்களா என்ற பயத்தோடு வாங்கி மடித்து மறைவிடம் தேடுவதைப் பார்க்கும் போது நமக்குள்ளேயும் ஒரு பரவசம் மெல்லமாய் பளிச்சிடும்.

பையன்கள் என்றால் ஒரு கம்பீரம் காட்டுவான் பாரு, இந்த உலகமே எனக்கு ஒரு பொருட்டே இல்ல என்பதாய் அவன் பார்வை இருக்கும். சட்டைக் காலர

தூக்கி விட்டு ஹீரோ மாதிரி நடப்பான் பாரு உண்மையிலே ஆண்மையின் திமிரு அங்க தெரியும்.

சோகனூரில் வாத்தியார் காண்டீபன் இருக்கார்ல அவருடைய மகன் சூரியாவுக்கு வேலைக்கான உத்தரவு கடிதம் கொடுத்தவுடன் ஆர்வத்துல துள்ளிக் குதித்து வீட்டுக்குள்ள போயி, "அப்பா ஏதாவது ரூபா கொடுப்பா, போஸ்ட் மேன் அங்கிளுக்கு கொடுக்கணும், அவரு போயிரப் போறாரு, சீக்கிரம் கொடுப்பா" என்ற சத்தம் என் காதில் விழுந்ததும் கடவுளே, மனுஷ மக்கள் இவ்வளவு நல்லவங்களா இருக்காங்களே, உமது படைப்பு அற்புதம்பா என்று புளங்காகிதமடைந்த என் கண்கள் தாண்டி மூக்குக் கண்ணாடியில் கண்ணீர் தெறித்தது. யாரும் சொல்லித் தந்தா வருவது நல்ல எண்ணங்கள். இல்லை, அது தானாய் வளரும் காட்டுச்செடி.

முகூர்த்த நாட்கள நாலு மூலையிலும் மஞ்சள் தடவிய திருமண அழைப்பிதழ் வரும். வாங்குறவங்க சந்தோசப்படுவாங்க. கல்யாணம் யாருக்குன்னு நம்மளையே கேட்பாங்க.

சில சமயம் நாலு மூலையில கருப்பு மை தடவிய கருமாதி கடிதம் வரும். வாங்குறவனுக்கு ஒரு வேதனை தெரியும். வாங்கிய பிறகு மௌனமா இருப்பான். அதப் பார்க்கும் போது நமக்கும் அமைதியாயிரும்.

நல்லது கெட்டதுக்கு கூட நம்மிடம் ஆலோசனை கேட்பார்கள். நல்ல பதிலாச் சொன்னா நம்மை பாராட்டுவார்கள். அந்த பாராட்டு நம்மை மகிழ்விக்கும்.

ஒரு நாள் ஒரு கடிதத்தின் பெறுநர் முகவரி சற்று வித்தியாசமாக இருந்தது. எப்படின்னா முதலாவதாக அஞ்சல் குறியீட்டு எண், இரண்டாவதாக மாவட்டத்தின் பெயர், மூன்றாவதாக ஊர் பெயர், நான்காவதாக தெரு பெயர், ஐந்தாவதாக பெறுநரின் பெயர். இப்படி இருந்தது முன் பக்கத்தில். பின் பக்கம் திருப்பிப் பார்த்தேன், பெறுநரின் மகன் பெயர் இருந்தது. நம்ம வேலை கொடுக்குறது தான. கொடுத்துட்டு அத மறந்துட்டேன். ரெம்ப நாள் கழிச்சு ஊர்ல ஒரு நாள் அவனப் பார்த்து ஏன்டா இப்படி எழுதுன என்று கேட்டேன். முதல்ல எங்க பேர எங்க பாக்குறீங்க ஊரத் தானே பாக்குறீங்க. அதான் பெறுநரின் பெயர் முக்கியம்ன்னு கடைசியில் எழுதுனேன்னு சொன்னான். அவன் சொன்னதக் கேட்டு எப்படியெல்லாம் சிந்திக்கிறாங்கன்னு நெனச்சு பெருமப்பட்டேன்.

இன்னொரு நாள் ஒரு கடிதத்துல கீழே அஞ்சல் குறியீட்டு எண் எழுத ஆறு கட்டம் போட்டுருக்கும். அதுல ஓர் அறிவாளி எழுதியிருக்கான் ெ த ரி ய ா து. ஆறு கட்டத்துல ஆறு எழுத்து. உலகத்துல இருக்குற அறிவாளி எல்லாரும் நம்ம ஊர்ல தான்டா இருக்கான் என்று குலுங்கி குலுங்கி சிரிச்சுக்கிட்டு இருந்தேன் அந்த நாள் முழுவதும்.

வீடு பூட்டியிருக்கும், அவங்க வயக்காட்டுல வேல செஞ்சிக்கிட்டு இருப்பாங்க. வயக்காட்ட கண்டுபிடிச்சு கடிதம் கொடுத்தா நீயே படிச்சி சொல்லுப்பான்னு நெத்தியில வடிஞ்ச வியர்வைய தொடச்சிக்கிட்டே சொல்லுவான். படிச்சி முடிச்சி புறப்படும் போது ரெண்டு கை நிறைய

நிலக்கடலையோ ஏதாவது பயிரோ தட்டாங்காயோ பறிச்சித் தருவான் பாரு, மனசு நிறைஞ்சு போகும். மனுஷன் இன்னும் உயிர்ப்போட இருக்கான்றதுக்கு அது தான் அடையாளம். அவன் கொடுக்கணும்ங்கறது கட்டாயம் அல்ல. அத எதிர்பார்க்கவும் கூடாது. ஆனா இது தான் அன்பு. அன்பு எப்பொழுதும் எதையாவது தந்துக்கிட்டே இருக்கும் எந்த எதிர்பார்ப்புமின்றி. ஏன் தன்னையே கொடுக்கும். வாங்க மறுத்தால் திட்டுவான் அதையும் வாங்கிக்கணும். அதுல கோபமே இருக்காது. அப்பவும் அன்பு தான் தெரியும். அப்பா கடவுளே சொர்க்கம் ஒன்னும் வேண்டாம், இதுவே போதும்ன்னு சொல்லத் தோணும்.

வயக்காட்டுல இருந்து புறப்பட்டு கம்மாக்கரை மேட்டுல ஒரு மரத்து நிழலில மிதிவண்டிய நிறுத்தி ரெண்டு நிலக்கடலய ஒடைச்சி வாயில போட்டு திங்கும் போது நிலக்கடல சாறு தித்திக்கும் பாரு. அது தான் தேவாமிர்தம். அதுல தெரியும் அவனோட அன்பு.

எல் ஐ சி யிலிருந்து பத்திரம் வரும். இத பத்திரமா வைச்சுக்கணும் என்றதும் சரி சரின்னு சிரிச்சுக்கிட்டு தலைய ஆட்டுவாங்க. பிரிமீயம் கட்டுறதுக்கும் தபால் வரும். என்னான்னு கேட்பாங்க. பணம் கட்டச் சொல்லி வந்துருக்கு என்றதும் அவர்கள் முகம் சுருங்கிப் போகும். விழிகளில் தெரியும் ஏழ்மை நம்மை நிலை குலையச் செய்யும். இந்த மாசம் நான் கட்டுறேன், உன்னிடம் ரூபாய் இருக்கும் போது கொடு என்று சொன்னால் மாட்டேன்னு சொல்வான். ஏழ்மையிலும் ஒரு நேர்மை இருக்கும். விட்டுக் கொடுக்க மாட்டான். இதுவும் ஒரு வேதனையான அனுபவம் தான்.

பிடித்தமானவர்களிடமிருந்து கடிதம் வந்தா வாங்குறவன் வாய் காது வரை விரியும். கண்ணு ரெண்டும் மின்னுவதைப் பார்க்கும் போது இனம்புரியா மகிழ்வு நம் நெஞ்சு முழுவதும் பரவும். சிரிக்கிறவன் முகத்தப் பார்க்கும் போது நாமும் நம்மை மறந்து சிரிப்போம் எந்த வித நிபந்தனையின்றி.

வீட்டை ஒழுங்குபடுத்த பரணியில் ஏறி அங்கிருக்கும் பெட்டியில் ஏதாவது ஒரு பழைய கடிதம் இருக்கும். அதைப் படிக்கும் போது கால இயந்திரம் நம்மை பின்னோக்கி அழைத்துச் செல்லும்.

விருந்தினர்களோ உறவினர்களோ தங்கள் வீட்டிற்கு புறப்படும் போது நாங்க போய்ட்டு வாரோம்ன்னு சொன்னதும், போனதும் கடிதம் போடுங்க என்ற பதில் உடனே வரும். உறவுகள் தொடரும் பாலமே கடிதங்கள். தூதுவனே தபால்காரர்.

உலகிலேயே இலட்சக்கணக்கான தபால் அலுவலங்களைக் கொண்ட முதல் பொதுத்துறை நாடு என்ற பெருமை இந்தியாவுக்கு உண்டு. அதே போல அதிகமான உறவுகளைக் கொண்ட நபர் யாரென்றால் அது தபால்காரர் தான். செல்போனின் ஆதிக்கம் எப்பொழுது தொடங்கியதோ அப்பொழுதே தபால் துறையின் அழிவு ஆரம்பமானது.

இன்று தபால் பெட்டி என்பது வீட்டில் இருக்கும் வயதான கிழடுகள் போல. யாரும் சீந்துவாரில்லை. இவை இரண்டுமே பழசயெல்லாம் அசை போட்டு தெருவில் வேடிக்கை மட்டுமே பார்த்துக் கொண்டிருக்கிறது தினந்தோறும்.

என்றாவது ஒரு நாள் அருங்காட்சியகத்தில் தபால் பெட்டியும் சென்று சேரும் என்று நினைக்கிறேன். ரெண்டு மூணு சந்ததிக்குப் பிறகு தபால்ன்னா என்னான்னு கேட்பான் பாரு.

இப்பொழுதும் உங்கள் மிதிவண்டி மணிச்சத்தத்தோடு தபால் என்றதும் என்னில் உண்டான பெருமூச்சு உங்களுக்கு கேட்டிருக்கும் என்பது சந்தேகமே. தபால் காகித வாசனை என் மூச்சுக் காற்றோடு கலந்துள்ளது. அதை எந்த ஆய்வகத்திலும் பிரித்திட முடியாது என்று நினைக்கும் போது சந்தோசமே.

என் குடும்பத்துக்கே தெரியாத ஓர் உண்மைய எழுதுறேன், யாரிடமும் சொல்ல வேண்டாம். அது என்னான்னா, "கடிதம் கொடுக்குற எனக்கே என் அலுவலகத்திலிருந்து ஒரு கடிதம் வந்தது பணி உயர்வு என்று". பணி உயர்வு என்றால் ஒரு பெருமிதம், ஒரு அந்தஸ்து உயர்வு, சம்பளம் உயர்வு, பென்சன் கூடுதலா கிடைக்கும். ஆனா அது எனக்குப் பிடிக்கல. நாலு சுவத்துக்குள்ளே மின்விசிறிக்குக் கீழே உட்கார்ந்து வேலை செய்றது

மனசுக்கு ஒப்பவில்லை. புரியுற மாதிரி சொன்னா வீட்டுல குளிக்கிறதுக்கும் வெட்டவெளியில ஏதாவது நீர்த்துறையில் குளிக்கிறதுக்கும் உள்ள வித்தியாசம். இப்ப புரியுமுன்னு நெனக்கிறேன்.

மிதிவண்டியில் செல்லும் போது விசில் அடித்துக் கொண்டு செல்வதும், திரையிசைப் பாடல்களை சத்தமிட்டு பாடிக் கொண்டு செல்வதும், எதிரே யாராவது வந்தால் அவர்களைப் பார்த்து சிரித்துக்

கொண்டு கைகளை ஆட்டுவதும், கடிதம் வந்துருக்கா, ஆமா இல்ல என்று சொல்வது சந்தோசத்தின் உச்சகட்டம். மனம் நிறைந்த வாழ்வு அது.

செக்கு மாடு மாதிரி கான்கிரீட் கட்டடத்துக்குள்ளேயே பார்த்த முகங்களோடு பணி செய்யுறத விட பரந்த உலகப் பெருவெளியில புதுவிதமான மனிதர்களோடு புதுவிதமான அனுபங்களோடு புதுவிதமான உணர்வுகளோடு வாழ்வது என்பது சொல்லில் விவரிக்க முடியாத ஆனந்தம். மனம் நிறைந்த சுகந்தம்.

அலுவலகத்திலிருந்து என்னைப் பற்றி யாரோ விசாரித்திருக்கிறார்கள். அதற்கு அந்த கிராம மக்கள் அவர் ஒரு மிகச் சிறந்த நல்ல மனிதர் என்று சொல்லியிருக்கிறார்கள். இது போதாதா? ஏழேழு ஜென்மத்துக்கும் இது போதும்.

ஒரு பானை சோற்றுக்கு ஒரு சோறு பதம். ஒரு வாழ்வாங்கு வாழ்க்கைக்கு ஒரு சொல் போதும்.

இந்த உலகில் அதிக தூரம் பயணித்தவன் தபால்காரனாகத் தான் இருப்பான்.

இன்னும் எழுத எவ்வளவோ இருக்கிறது.

சொன்னது பாதி, சொல்லாதது மீதி.

அன்புடன்,

ஓய்வு பெற்ற தபால்காரர்.

ஆண்டெனாவில் காகங்கள்

மதுரை,

26. 04. 2021.

அன்புள்ள நண்பன் ரவிக்கு,

நலம். நலமறிய ஆவல். வீட்டை ஒழுங்குபடுத்துவதற்காக பரண் மேல் இருந்த பொருட்களையெல்லாம் எடுத்துக் கொண்டிருக்கும் பொழுது ஒரு பழைய இரும்பு பெட்டி இருந்தது. அதற்குள் என்ன இருக்கிறது என்று திறந்து பார்த்த போது மூன்று கடிதங்கள் இருந்தது.

அப்பா தன் நண்பருக்கு எழுதிய கடிதம் ஒன்று. மற்றவைகள் அப்பாவிற்கு அவர் நண்பர் எழுதியது.

மூன்று கடிதங்களும் நிறம் மாறி உடைத்து விடும் அளவில் இருந்தது.

திருச்சியின் இருப்பிடத்தில் பெறுநர் இல்லாத பொழுது அனுப்புநரிடமே அது திரும்பி வந்துருக்கிறது. அப்பா,

அந்தக் கடிதத்தையும் தனக்கு வந்த கடிதங்களையும் பத்திரப்படுத்தி இருந்தார்.

முதலில் அப்பா எழுதிய கடிதத்தைச் சேதமடையாமல் மெதுவாகப் பிரித்தேன். பிரித்துப் படித்ததும் பிரம்மித்தேன். கடிதத்தைப் படித்ததும் எனது அப்பாவும் அவரது நண்பரும் இலக்கியவாதிகள் என்று என்னால் உணர முடிந்தது.

நண்பா அந்தக் கடிதத்தை எழுதுகிறேன், படித்துப் பார்த்து புரிந்து கொள்வாய் என நினைக்கிறேன். அடுத்த வாரங்களில் என் அப்பாவின் நண்பர் எழுதிய கடிதங்களை எழுதுகிறேன். சுமார் முப்பத்தைந்து ஆண்டுகளுக்கு முன்பு எழுதினாலும் இன்றும் ஒரு பதைபதைப்பை ஏற்படுத்துகிறது. இதைத் தான் காலத்தை வென்ற படைப்பு என்கிறார்களோ!

அன்புள்ள நண்பன் வெங்கடேசனுக்கு,

நலம். நாடுவதும் அதுவே. கடந்த வாரம் பக்கத்து வீட்டில் நடந்த சம்பவத்தை நினைத்துப் பார்க்கும் பொழுது மனம் வேதனை அடைகிறது.

"இப்படித்தான் கடிதத்தை எழுத ஆரம்பிக்கிறார்".

நாங்கள் குடியிருக்கும் தெரு நடுத்தர நீளமுடையது. அதில் கடைசி வீட்டில் தான்

நாங்கள் குடியிருக்கிறோம். எங்கள் வீட்டிற்கு முன்னால் உள்ள வீடு முனியாண்டியின் வீடு.

எதிர் வீட்டு மாடியில் ஒரே கம்பியில் இரண்டு ஆண்டெனாக்கள் இருந்தது. ஒன்று நீளமானது, மற்றொன்று நீளம் குறைவானது.

மேலுள்ள நீளமான ஆண்டெனாவில் இரண்டு பெரிய காகங்களும் கீழுள்ள சிறிய ஆண்டெனாவில் இரண்டு சிறிய காகங்களும் அமர்ந்திருந்தன. அவை சின்னஞ்சிறு காக்கைக் குடும்பம் போல.

சில சமயம் வாசலில் அமர்ந்து வேடிக்கை பார்ப்பது வழக்கம். அன்று அந்த நாளில் நடந்த சம்பவம் மனதில் நன்கு பதிவானது. பதிவான சம்பவம் நெஞ்சை விட்டு அகலவே இல்லை.

இன்னும் கூட "அந்தக் காகங்களைப் பற்றியே மனம் சிந்திக்கிறது ".

அந்நேரம் பக்கத்து வீட்டில் பேச்சுவார்த்தை காரசாரமாக இருந்தது.

"ஏண்டி நாயே, நான் காசு கேட்கும் போது தான் உனக்கு கோபம் பொத்துக்கிட்டு வருதாக்கும்" முனியாண்டியின் குரல் உச்சஸ்தாயில் இருந்தது.

"ஆமாமா, இருக்கிற காசையெல்லாம் குடிச்சிட்டு சீட்டாடுறது. இந்த லட்சணத்துல உனக்கு மூணு புள்ளைங்க வேற". பிள்ளைகள படிக்க வைக்க துப்பு இல்ல. சின்னப் பிள்ளைங்கள வேலைக்கு அனுப்பி

அதுங்க சம்பளத்தையும் புடுங்கிக்கிற என்று கோபமாக கத்தினாள் முனியாண்டியின் மனைவி பொன்னம்மாள்.

பேச்சுவார்த்தை ஆக்ரோசமாக இருந்தபோது எனது கண்கள் ஆண்டெனாவில் அமர்ந்திருந்த காகங்களைப் பார்த்தது.

அந்தக் காகங்கள் முனியாண்டியின் வீட்டை நோக்கியே வெறித்துப் பார்த்துக் கொண்டிருந்தன.

"ஏண்டி சனியனே, எதுக்கெடுத்தாலும் எதிர்த்தாப் பேசுகிற. அறஞ்சி பல்ல ஒடச்சிடுவேன். ஜாக்கிரதையா பேசு" என்று முனியாண்டி அதிர்ந்தான்.

ஆண்டெனா காகங்கள் ஒன்றை ஒன்று பயத்துடன் பார்த்துக் கொண்டிருந்தன.

"உன்னோட ஒரே வேதனையா போச்சு. என்னிடம் ஒரு சல்லிக்காசு கூட கிடையாதுன்னு பொன்னம்மாள் வார்த்தைகளை இரைத்தாள்".

"எப்பக் கேட்டாலும் இதத்தானடி சொல்ற மூதேவி" முனியாண்டி கூறிக்கொண்டிருக்கும் போது ஏதோ உடையும் சத்தத்தை உன்னிப்பாகக் கேட்டு உடைந்தது என்ன பொருள் என்று யோசிக்க தொடங்கினேன்.

அந்த நேரத்தில் காகங்கள் திடுக்கிட்டு இங்குமங்கும் பரபரப்பாக குதித்துக் கொண்டிருந்தன.

ஆண்டெனா ஆடிக்கொண்டிருந்தது. வேகமாகக் குதித்ததில் ஒரு கம்பி உடைந்து கீழே விழுந்தது.

“பொருள் உடைந்ததால் கோபமுற்ற பொன்னம்மாள் ஆங்காரமானாள். வீட்டில் இருக்கிற பொருளையெல்லாம் எடுத்துட்டு போயி வித்து குடிச்சிட்டு சூதாடுறது. இது பத்தாதுன்னு உடைக்கவா செய்யுற சனியனே". பொன்னம்மாளின் கோபம் பெருக்கெடுத்த காட்டாற்று வெள்ளமாய் பொங்கியது.

"தல முடிய விரிச்சு போட்டு சத்தமாடி போடுற, கொழுப்பு ஏறிப் போச்சுடி உனக்கு" மடார்மடாரென அவள் முதுகில் அடி விழுந்த சத்தம் கேட்டு எனக்கு என்னவோ போலிருந்தது.

காகங்கள் தங்களது இருக்கையை விட்டு ஆண்டெனாவையே சுற்றிச் சுற்றிப் பறந்து கொண்டிருந்தன.

ஒருமுறை பொன்னம்மாவுக்கு அடி உதை விழுந்த போது அதை விலக்கப் போய் அவமானப்பட்டு திரும்பியதிலிருந்து அவர்கள் சண்டையில் நான் தலையிடுவதில்லை.

“அடி வாங்கிய ஆத்திரத்தில் பொன்னம்மாள் உக்கிரமானாள்".

"அவளும் அடிதடியில் இறங்கினாள் ".

காகங்கள் தங்களது சிறகுகளை படபடவென அடித்து மிரட்சியாய் இருந்தன. அமைதியற்ற நிலையில் நான்கு காகங்களும் பரிதவித்து நின்றிருந்தன.

என்னைப் போல் செய்வதறியாமல் காகங்களும் பார்த்துக் கொண்டிருந்தன.

பொன்னம்மாளும் அடிதடியில் இறங்கியவுடன் நான்கைந்து அடிகள் அவன் உதட்டில் விழுந்து இருக்கும் போல.

"ஏண்டி நாயே, உதட்டுலயா அடிக்கிற, என்னை அடிக்கிற அளவுக்கு உனக்கு தைரியம் வந்துருச்சா "முனியாண்டி ஆவேசப்பட்டான்.

“அதனால் பொன்னம்மாள் கொடூரமாய் தாக்கப்பட்டாள். அவளும் தன் பங்குக்கு முனியாண்டியை தாக்கினாள் ".

வன்மம் அங்கு தாண்டவமாடியது. தீராப்பகை அங்கு குடியிருந்தது. ஆண்ணென்ற செருக்கு நடு வீட்டில் நின்று நிதானமாய் ஓர் ஆட்டம் ஆடியது.

அப்பா, அம்மாவ அடிக்காதப்பா வேண்டாம்ப்பா என்று பிள்ளைகள் தடுத்திருக்கும் போல. அவர்களுக்கும் அடி விழுந்தது. பிள்ளைகளின் அலறல் குரலாலும் அவன் மனமாற்றமடையவில்லை.

காகங்கள் நிலை குலைந்து போயின.

பொன்னம்மாள் பெருங்குரலெடுத்து அழுது கொண்டிருந்தாள். அழுகையின் சத்தம் என் காதுகளில் வந்து விழுந்தது. கையறு நிலையில் நான்.

சிறிது நேரத்தில் மெல்லமாய் அவளின் ஓலம் தேய்ந்து கொண்டே வந்தது. பிள்ளைகள் இன்னும் அழுது கொண்டேயிருந்தனர்.

காகங்கள் தங்களது அலகுகளால் பலம் கொண்ட மட்டும் ஆண்டெனா கம்பிகளைக் கொத்திக் கொண்டே இருந்தன. கம்பிகளின் சத்தம் எதிரொலித்தது.

எந்தச் சூழ்நிலையிலும் வாழக் கூடிய காகங்களுக்கு இந்தச் சூழலில் உடன்பாடில்லை. ஆகவே காகங்கள் கரகரத்த குரலால் ஆண்டெனாவில் அமர்ந்தே முனியாண்டியைத் திட்டிக் கொண்டிருந்தன.

கரைந்த ஓசை கேட்டு எங்கிருந்தோ பறந்து வந்த எல்லா காகங்களும் அந்த நான்கு காகங்களிடம் ஏதும் கேட்காமல் தங்களது எதிர்ப்பைக் காட்டின. அனைத்துக் காகங்களும் பறந்து பறந்து கரைந்து கொண்டிருந்தன.

காகங்களிடையே இருக்கும் ஒற்றுமை கூட மனிதர்களுக்கில்லையே எனும் போது வேதனையாகத் தான் இருக்கிறது.

ஒழுக்க நிலையில் உயர்ந்ததாகக் கருதப்படும் காகம் தனது ஜோடியுடன் மட்டுமே இணை சேரும் பறவை. அதனால் தான் முனியாண்டியின் இணை தாக்கப்படும் போது தனது கூச்ச சுபாவத்தையும் மறந்து ஆங்காரமாய் தனது எதிர்ப்பைக் காட்டின.

இது அவனுக்குப் புரியவில்லை.

காகங்கள் கூட எதிர்ப்பைக் காட்டும் போது என்னால் காட்ட முடியவில்லையே என்ற ஆதங்கம் என் நெஞ்சைக் குத்திக் கிழிக்கிறது.

காதுக்குள் விசும்பல் ஒலி கேட்டுக் கொண்டே இருக்கிறது. நான் காகங்கள் மீதும் முனியாண்டி வீட்டின் மீதும் கவனமாய் இருந்தேன். எல்லாக் காகங்களும் வெறுத்துப் போய் வந்த வழியே திரும்பிப் போயின. ஆனால் அந்த நான்கு காகங்களும் என்ன தான் நடக்கப்போகிறது என்று மௌனமாய் நின்றிருந்தன.

"முனியாண்டியின் வீடு அமைதியாக இருந்தது".

"காகங்களும் அமைதியாக இருந்தன."

"நானும் அமைதியாய் இருந்தேன்."

திடீரென நீளமான ஆண்டெனாவில் காகங்கள் மொத்தமாய் ஒன்று கூடின. ஒன்று கூடிய காகங்கள் என்ன பேசியதோ தெரியாது. ஆனால் ஏதோ ஒரு முடிவினை எடுத்திருக்கும் போல.

சற்றும் எதிர்பாராத நேரத்தில் நான்கு காகங்களும் எதிர் திசையில் பறந்து சென்றுவிட்டன.

"வானம் கருமையாய் இருந்தது."

"என் மனம் வெறுமையாய் இருந்தது."

"அன்று முதல் எதிர்வீட்டு ஆண்டெனாவில் காகங்கள் இளைப்பாற வருவதே இல்லை. எல்லாக் காகங்களும் ஆண்டெனாவைக் கடந்து தான் செல்கின்றன.

ஆனால் ஒன்று கூட அமர்வதேயில்லை.

அன்புடன்,

லூ. சௌந்தர ராஜ் பீட்டர்.

சென்னை,

22. 06. 1965

அன்புள்ள நண்பன் பீட்டருக்கு,

நலம். நலமறிய ஆவல்.

எனது பணி மாற்றம் காரணமாக திருச்சியிலிருந்து நாங்கள் சென்னைக்கு வந்தோம். வீடு பார்த்து அமர்வதற்குள் போதும் போதும் என்றாகி விட்டது.

நமது பழைய நண்பர்கள் எப்படி இருக்கிறார்கள்? அவர்களையும் கேட்டதாகச் சொல். எல்லோரையும் சந்திக்க நான் அடுத்த வாரம் வருகிறேன். அப்பொழுது விவரமாக பேசிக் கொள்ளலாம்.

நிற்க. நான் அலுவலகம் செல்லும் போது காலை நேர இதமான தென்றல் ஒன்று சோகப் பாடலோடு ஒன்றிணைந்து தவழ்ந்து வந்து அன்று முழுவதும் அப்படி ஒரு சோகப்பாடலால் என் கண் துயில் மறுத்தது. தூங்கச் செய்யவேயில்லை.

பாடலின் உணர்ச்சிக் கொந்தளிப்போடு இசையின் சின்னஞ்சிறு நுணுக்கங்கள், நகாசு வேலைகள் நம்மை

ஆழ்மட்டத்திற்கு அழைத்துச்சென்று ஆணிவேரை அசைத்து விடும்.

அந்தப்பாடல் குருதியிலே நெடுநேரம் என்னை நனைய வைத்து பின் அடித்துத் துவைத்து மீண்டும் பாய்கின்ற புது ரத்தத்தில் அலசி எடுத்து ஈரம் சொட்டச் சொட்ட கொடியிலே வெயிலில் காயவைத்து ஒரு வழி பார்த்து விட்டது.

கடிதத்தை எழுதும் தருணத்தில் கூட ஏற்கனவே செவியில் நிரந்தரமாய் தங்கி விட்ட பாடல் இன்னும் ரீங்காரமாய் ஒலித்துக் கொண்டிருக்கிறது. பாடல் வரிகளும் பாடலின் ராகமும் இசையும் பின்னணிக் குரலும் பின்னிப்பிணைந்து ஒரு மாய வித்தையை உண்டுபண்ணியது.

பாடலின் ஒவ்வொரு நொடியும் மூளையின் இடுக்குகளில் பதிந்து நுண்ணிய அதிர்வுகளை ஏற்படுத்திவிட்டது.

பாட்டு எதுவென அறிந்து கொள்ள ஆவலாய் இருக்கிறாய் என்று எனக்குத் தெரியும். "நினைக்கத் தெரிந்த மனமே உனக்கு மறக்கத் தெரியாதா " என்ற பாடல் தான் அது. நீயும் கேட்டிருப்பாய் மற்றும் திரைப்படத்தையும் பார்த்திருப்பாய் எனவும் நினைக்கிறேன். ஆனால் நான் படத்தைப் பார்க்கவில்லை. இருந்தாலும் பாடல் மூலம் கதையைப் புரிந்து கொண்டேன்.

தலைவன் தலைவியை விட்டு பிரிந்து விட்டான்.

அவன் நினைவாகவே அவள் இருக்கிறாள். முட்டாள் மனமே, அவன் தான் பிரிந்து சென்று விட்டானே, அவனை ஏன் நினைத்துக் கொண்டிருக்கிறாய்? இன்னுமா உனக்கு அறிவில்லை? அவனையே நினைத்து நினைத்து உருகிக் கொண்டிருக்கிறாயே, கண்ணீர் வழியும் கண்களைத் துடைத்து விட்டு வேறு வேலையைப் பார் என்று மனம் கூறினாலும் உள்ளம் தாளவில்லை அவளுக்கு. தன் உணர்வுகளைப் பாடலாகவே பாடுகிறாள்.

அழகிய கனவுகளிலும் நினைவுகளிலும் திளைத்திருந்த நிலையில் எல்லாம் இழந்த பிறகு எதிர்காலத்தைக் குறித்து பயம் கொள்கிறாள்.

தான் எதிர் நோக்கிய வாழ்வு தலைகீழாகத் தொங்கும் பல்வேறு கேள்விக்குறிகளில் ஊசலாடிக் கொண்டிருப்பதால் மனதைக் கேள்விகளால் துளைத்து எடுக்கிறாள். மனதை மட்டுமல்ல இயற்கையையும் சாடுகிறாள் மற்றும் இறைவனையும் சாடுகிறாள். கையளவு நெஞ்சில் சேமித்து வைத்த அழகிய கனவுகள் அனைத்தும் உடைந்து சுக்குநூறாகிப் போனாலும் ஏ. . . மனமே நினைவில்லையோ என ஏங்குகிறாள்.

நிகழ்கால நீட்சியில் கால் கடுக்க நின்றாலும் எதிர்காலத்திற்கு பாதை வகுக்குமா என தெரியாமல் விழிக்கிறாள், அவனை நினைத்து மனதாலே விளிக்கிறாள்.

விரக்தியின் விளிம்பில் விசும்டகிறாள்.

பிரிந்த சூழ்நிலை எனக்குத் தெரியவில்லை. ஆகவே பாடலை வைத்து புரிந்து கொண்டேன், பாட்டுடைத் தலைவனும் தலைவியும் பிரிந்து விட்டார்களென்று.

பிரிந்து தான் போய் விட்டானே மறுபடியும் ஏன் அவனை நினைக்கிறாய்? அப்புறம் ஏன்டி அவனையே நினைத்து நினைத்து மருகிப் போகிறாய்?

உன் மீது வைத்துள்ள அன்பின் புனிதத்தைக் கேலிக்கூத்தாக்கி விட்டாயே, உன் மீது நான் கொண்ட நம்பிக்கையை சிதறடித்து விட்டாயே என்று உள்ளுக்குள் புழுங்கிப் புழுங்கிய ஏக்கத்தைப் பாடலாய் வெளிப்படுத்துகிறாள். பாடலின் ஆரம்பமே சோகத்தில் மூழ்கி விடும். உயிரைப் பருகி விடும்.

சிந்து பைரவி ராகத்தை வேறொரு பரிமாணத்தில் நம் உணர்வுகளை தட்டி எழுப்ப பல சங்கதிகளில் விளையாடி விஸ்வநாதன் - ராமமூர்த்தி அவர்கள் சோகத்தின் உச்சிக்கு நம்மை கைப்பிடித்து அழைத்துச் செல்வார்கள். சிந்துபைரவி ராகத்தின் ஜீவன் இந்தப் பாடலில் தெரியும்.

பி. சுசிலாம்மாவின் குரலில், 'எந்தப் பாடலைக் கேட்டாலும் உள்ளம் ரசித்து அசை போடும்.' காலையில் எழுந்து இந்தப் பாடலைக் கேட்டால் அன்றைய நாள் முழுவதும் துன்பக் கடலில் கரைந்து கரைந்து காணாமல் போவோம்.

கவிஞர் கண்ணதாசனும் எளிய வார்த்தைகளில் பிரிவின் சாரத்தை அப்படியே பிழிந்தெடுத்துக் கொடுத்திருப்பார். அவரும் விளையாடியிருப்பார்,

இரண்டே இரண்டு வார்த்தைகளில் " தெரிந்த, தெரியாதா " சாப்பிடத் தெரியும் கை கழுவத் தெரியாதா அது மாதிரி.

பாடல் தொடங்கும் போது செலோ தன் துன்பச் சுவையை உணர்த்திவிடும். செலோவோடு வயலினும் நன்கு மேலும் கீழும் தவழ்ந்தோடி இறுதியில் ஹார்மோனியம் அழகாய் நிறைவு செய்யும்.

பின் சுசிலாம்மா குரலில் பாடல் தொடங்கும்.

"நினைக்கத் தெரிந்த மனமே" மேலே சென்ற சுசிலாம்மாவின் கணீரென்ற குரல் நின்று "உனக்கு மறக்கத் தெரியாதா" கீழிறங்கும் போது காங்கோ ட்ரம் முதுகில் அல்ல நெஞ்சில் மெல்லமாய் தட்டிக் கொடுத்துக் கொண்டு கூடவே வரும்.

"உனக்கு மறக்கத் தெரியாதா" என்ற வார்த்தை முடியும் போது காங்கோ ட்ரம்மை மெதுவாய் உருட்டிக் கொண்டு நம் மனசில் தாளமிடும். பிரிவின் ஆற்றாமைக்கு இளம் சூடாய் ஒத்தடமிடும்.

“பழகத் தெரிந்த உயிரே உனக்கு விலகத் தெரியாதா

உயிரே விலகத் தெரியாதா.”

புல்லாங்குழல் வளைந்து குழைந்து நெளிந்து லாவகமாய் ஒவ்வொரு அணுவிலும் நுழைந்து காங்கோ ட்ரம்மும் சிறிது நேரம் நின்று வித்தை காட்டும்.

இசையமைப்பாளர்களின் மேதமைக்கு இது ஓர் எடுத்துக்காட்டு.

நினைக்கத் தெரிந்த மனமே உனக்கு மறக்கத் தெரியாதா, பாடலோடு வயலின் இழைந்தாடும், இசைந்தாடும்.

"பழகத் தெரிந்த உயிரே உனக்கு விலகத் தெரியாதா

உயிரே விலகத் தெரியாதா."

இந்த இடத்துல ஷெனாய் வரும் பாரு, எப்பப்பா, அற்புதம். ஆன்மாவை செல்லமாய் வருடிச் செல்லும். ஷெனாய் மூலம் வெளிவந்த இசை விழிகளில் கண்ணீரை வரவழைத்து செவிப்பறையைக் கிழித்துக் கொண்டு உள்ளே நுழைந்து எழ முடியாமல் நம்மை ஆழ்கடலில் அமிழச் செய்யும். ஷெனாய் கேட்பவர்களின் மனதில் மெல்லிய அதிர்வுகளை ஏற்படுத்தி சோகம் ததும்பச் செய்யும். துயரத்தை அப்படியே அள்ளிக் கொண்டு வருவதில் ஷெனாயின் பங்கு மிக முக்கியமானது என்பதில் மாற்றுக் கருத்தில்லை. இந்தப் பாடலில் ஷெனாய் மிக நேர்த்தியாய் கையாளப்பட்டிருக்கும்.

கூடவே காங்கோ ட்ரம்மும் நம்மை ஏகாந்த நிலைக்கு அழைத்துச் செல்லும். தாளம் ஒரு கனத்த உணர்வுகளை இதமாய் தட்டிக் கொடுத்துவிட்டுத்தான் மறு வேலை பார்க்கும். தாயின் கைகளில் துடிக்கும் இரட்டை நாடித்துடிப்பு போல.

மொத்தத்தில் வயலின், செலோ, கிடார், புல்லாங்குழல், ஷெனாய், ஷெரோட், ஆர்கன், ஷேக்கர்ஸ், காங்கோ ட்ரம் ஆகிய இசைக்கருவிகளின் சங்கமத்தில் பாடல் நம்மை கிறங்கடித்துவிடும்.

பாடலின் தொடக்க இசை, மிகச்சிறிய இடையிசை, பல்லவி சரணத்திற்கும் மற்றும் சரணத்திற்கு இடையினுள்ள இடையிசையில் வயலின், ஷெனாய், புல்லாங்குழல் மற்றும் ஆர்கனின் ஆதிக்கம் மனதில் சோகத்தை வலிக்காமல் தைத்து விடும்.

இந்தப் பாடலை வேறொரு விதமாகவும் பாடலாம் என்று எனக்குத் தெரிந்தது. பாடலின் சாரம் என்ன? தெரியும், தெரியாதா இதை மாற்றிப் போட்டும் பாடலாம். எப்படி?

நேர்மறையாய் இருந்த மனதை எதிர்மறையாகச் சொல்கிறாள். இப்பொழுது எதிர்மறையை நாம் நேர்மறையாய் மாற்றலாம்.

நினைக்கத் தெரிந்த மனமே உனக்கு மறக்கத் தெரியாதா

மறக்கத் தெரிந்த மனமே உனக்கு நினைக்கத் தெரியாதா

நேர் எதிர் விளையாட்டு.

பழகத் தெரிந்த உயிரே உனக்கு விலகத் தெரியாதா

விலகத் தெரிந்த உயிரே உனக்கு பழகத் தெரியாதா

உயிரே விலகத் தெரியாதா

உயிரே பழகத் தெரியாதா.

மயங்கத் தெரிந்த கண்ணே உனக்கு உறங்கத் தெரியாதா

உறங்கத் தெரிந்த கண்ணே உனக்கு மயங்கத் தெரியாதா

மலரத் தெரிந்த அன்பே உனக்கு மறையத் தெரியாதா

மறையத் தெரிந்த அன்பே உனக்கு மலரத் தெரியாதா

அன்பே மறையத் தெரியாதா

அன்பே மலர்த் தெரியாதா.

மிகக் குறைந்த நேரத்தில் ஷெனாயோடு காங்கோ ட்ரம் மற்றும் புல்லாங்குழல் விளையாடும்.

எடுக்கத் தெரிந்த கரமே உனக்கு கொடுக்கத் தெரியாதா

கொடுக்கத் தெரிந்த கரமே உனக்கு எடுக்கத் தெரியாதா

இனிக்கத் தெரிந்த கனியே உனக்கு கசக்கத் தெரியாதா

கசக்கத் தெரிந்த கனியே உனக்கு இனிக்கத் தெரியாதா

படிக்க தெரிந்த இதழே உனக்கு முடிக்கத் தெரியாதா

முடிக்கத் தெரிந்த இதழே உனக்கு படிக்கத் தெரியாதா

படரத் தெரிந்த பனியே உனக்கு மறையத் தெரியாதா

மறையத் தெரிந்த பனியே உனக்கு படரத் தெரியாதா

பனியே மறையத் தெரியாதா

பனியே படரத் தெரியாதா.

கொதிக்கத் தெரிந்த நிலவே உனக்கு குளிரத் தெரியாதா

குளிரத் தெரிந்த நிலவே உனக்கு கொதிக்கத் தெரியாதா

குளிரும் தென்றல் காற்றே உனக்கு பிரிக்கத் தெரியாதா

பிரிக்கத் தெரிந்த காற்றே உனக்கு குளிரத் தெரியாதா

பிரிக்கத் தெரிந்த இறைவா உனக்கு இணைக்கத் தெரியாதா

இணைக்கத் தெரிந்த இறைவா உனக்கு பிரிக்கத் தெரியாதா

இணையத் தெரிந்த தலைவா உனக்கு என்னைப் புரியாதா

என்னைப் புரிந்த தலைவா உனக்கு இணையத் தெரியாதா

தலைவா என்னைப் புரியாதா

தலைவா இணையத் தெரியாதா.

பாடலைக் கேட்டு நான் ஆச்சரியப்பட்டேன். இப்படிப்பட்ட மேதமைகளுக்கு மத்தியில் நாம் வாழ்வது நமக்கு பெருமை தானே.

அற்புதமான பாடல் வரிகளுக்கு கவிஞர் கண்ணதாசனின் திறமை மட்டும் காரணமல்ல.

தமிழும் தான்.

பாடலைக் கேட்டு ரசித்து ருசித்து புசித்திருப்பாய் என நிச்சயமாய் நம்புகிறேன். அடுத்த கடிதத்தில் சந்திப்போம் அல்லது நேரில் சந்திப்போம்.

அன்புடன்

வெங்கடேசன்.

வீரியமுள்ள விதை

சென்னை,
01. 07. 1965.

அன்புள்ள நண்பன் பீட்டருக்கு,

நலம். நலமறிய ஆவல். அடுத்த வாரம் உன்னைப் பார்க்க நான் வருவதாக சொல்லியிருந்தேன் அல்லவா. இங்கு வேலைப்பளு அதிகம் இருந்ததால் என்னால் வர இயலவில்லை.

ஆனால் கடந்த நாட்களில் மிகப்பெரிய துக்கம் ஒன்று என் எதிர் வீட்டில் நடந்தது. ஒரு வயதான பெண்மணி இறந்து விட்டார். மிக ஏழ்மையாக இருந்தாலும் கம்பீரமாக தனது வாழ்வைக் கணவரோடு நடத்தி வந்தார். அவரை நான் அம்மா என்று தான் அழைப்பேன். பேசுவதற்கும் பழகுவதற்கும் மிக இனிமையானவர். மிகச் சிறந்த பெண்மணியின் மரணம் என்னில் பெரும் தாக்கத்தை உண்டுபண்ணியது.

அந்த துக்கத்தைத் துவக்குகிறேன்.

நான் மிதிவண்டியை நிறுத்தும்போது "உன்னை பார்த்தா ரொம்ப சோகமாக இருப்பது போல தெரியுதே

என்று கேட்டான் எதிர் வீட்டு வெள்ளையம்மாளைப் பார்த்து என் பையன் கண்ணன் ".

வாடா கண்ணா வா வா என்று சொல்லி, என்னைப் பார்த்து சிரித்தார்.

என்னம்மா திண்ணையில் இருக்கீங்க என்று கேட்டேன்.

சும்மா நேரம் போகாமல் இருக்கேன்பா, உன் பையன் வந்தான் அவனோடு பேசிட்டு இருக்கேன் என்று சொன்னாள்.

நான் ஜன்னலோரம் அமர்ந்து அவர்களைப் பார்த்துக்கொண்டிருந்தேன்.

அதை ஏன் கேக்குற கண்ணா, "நான் இறந்த பிறகு எனது அருமை பெருமைகளைக் கூறி தாரை தாரையாய் கண்ணீர் வடிப்பதில் என்ன பிரயோஜனம் என்று பெருமூச்சோடு கூறினாள் .

எதுக்கு இப்படி எல்லாம் பேசுற பாட்டி என பயத்துடன் கேட்டான் கண்ணன்.

மரணம் எல்லா வயதினரையும் கலவரப்படுத்துகிறது.

இந்த வயசான காலத்துல என்னைய கவனிக்க ஆளிருந்தும் ஆளில்லாமல் நான் படும் வேதனை யாருக்கு தெரியும்ன்னு பார்வை குறைந்த கண்களால் தொலைதூர நினைவுகளில் லயித்துப் போனாள்.

தன்னுடைய பழம்பெரும் வாழ்வை நினைத்துப் பார்த்து பேச ஆரம்பித்தாள் வெள்ளையம்மாள்.

அவள் பிள்ளைகளை எப்படியெல்லாம் வளர்த்தாள் என்று சிறு வயதிலிருந்தே எனக்கு தெரியும். காலை ஐந்து மணியிலிருந்து பத்து மணி வரை அவள் இட்லி வியாபாரம் பார்த்தாள். அவளது கணவன் கூலி வேலை பார்த்தார். யாரிடமும் கடன் வாங்காமல் அந்த ஏழ்மையிலும் தன் பிள்ளைகளைப் படிக்க வைத்தாள். படித்த பிள்ளைகள் வேலைக்கு சென்ற பிறகு கல்யாணம் முடித்து தனித்தனி குடும்பங்களாகப் பிரிந்து போயினர். இப்பொழுது அவளும் அவள் கணவனும் மட்டுமே இருக்கிறார்கள்.

பாட்டி கண்ணனிடம், "வெகுளித்தனமா நான் வாழ்ந்துட்டேன்னு நினைக்கும் போது கூட எனக்கு அவ்வளவா வருத்தமில்லை". ஆனால் நான் பெத்த பிள்ளைகளே என்னை வெறுக்கிற போது தான் நாம ஏன் இன்னும் உயிரோடு இருக்கோம்ன்னு. . . சொல்லும் போதே அழ ஆரம்பித்தாள்.

வீட்டுக்குள்ளிருந்து வெளியே வந்த அந்த வயதானக் கிழவனும், "வாய மூடிட்டு சும்மா இருக்க மாட்டியா, சின்னப் பிள்ளையிடம் என்ன பேசறதுன்னு தெரியாம இருக்க" என்று சத்தம் போட்டார்.

என் வேதனைய இவன்ட்ட சொல்லிக்கிட்டு இருக்கேன், உனக்கென்ன உன் வேலையப் பார்த்துட்டுப் போ என்றாள் கிழவனைப் பார்த்து.

அவரும் தோளில் துண்டை எடுத்து போட்டுக்கொண்டு கடைவீதிக்குச் சென்றார்.

பாட்டி அழாத பாட்டி. கண்ணத் தொடச்சிக்கோ என்றான் கண்ணன்.

நான் பெத்து வளர்த்த பிள்ளைகள் எல்லாம் நல்ல நிலைமையில இருந்தும் அன்பு ஆதரவு என்ற வார்த்தைகளுக்கு அர்த்தம் தெரியாமல் வாழ்கிறார்கள் என்று நினைத்த போது கோபம் கோபமா வருதுன்னு மூக்கை உறிஞ்சியபடி குடிக்கத் தண்ணீர் கேட்டாள்.

இரு வாரேன்னு கண்ணன் வீட்டிற்குள் ஓடி வந்து ஒரு குவளையில் தண்ணீரை எடுத்து மீண்டும் பாட்டியிடம் சென்றான்.

வாங்கிக் குடித்து முடித்ததும் பேச்சைத் தொடர்ந்தாள், "என் பிள்ளைகளிடம் நான் பேசும் போது என் பேச்சை யாருமே கேட்பதில்லை, என்னை மதிப்பதில்லை, என்னிடம் அன்பாக இருப்பது இல்லை, என்னை கவனிப்பாரில்லை. அவங்க பேச்சை நான் கேட்கணும்னா அது ஓர் ஆதிக்கம் தானே, வன்முறை தானே, அதுவும் ஒரு வக்கிர புத்தி தானே.

தைக் காட்டுவது? என் பிள்ளைகளே இப்படிப் பேசும் போது ஆண்டவா எனக்கு ஒரு சாவு வரக்கூடாதா என்று கூறி விட்டு தேம்பித் தேம்பி அழுது கொண்டிருந்தாள் வெள்ளையம்மாள்.

அழும் சத்தம் கேட்டு அவள் வளர்த்த நாய் மெதுவாய் வாலாட்டி அவளையே பார்த்துக் கொண்டிருந்தது.

நாயின் கழுத்தில் கை வைத்து இழுத்து தன் மடியில் அமர்த்தினாள்.

கீழ் மட்ட உயிர்களுக்கும் நம் உணர்வுகள் புரியும் போல.

ஏன் வயசானா நாங்களெல்லாம் தேவையில்லையா? எங்க உடம்பு தான் தளர்ந்து விட்டதே தவிர என் அன்பும் பாசமும் கருணையும் செல்லரித்து விடவில்லையே. உங்கள் பிள்ளைகளிடம் பாசமாக இருப்பதற்கு நான் உங்களிடம் காட்டிய பாசம் அல்லவா காரணம்? நான் உங்களை வெறுப்புணர்ச்சியோடு வளர்த்திருந்தால் நீங்கள் இவ்வளவு கம்பீரமாய் இருக்க முடியுமா?

ம். . . என்ன சொல்லி என்ன செய்ய? ஆண்டவா என் பிள்ளைகளை நல்லா காப்பாத்து, நல்ல புத்தியை கொடு, நல்லா வாழ வை.

அப்புறம் நான் சீக்கிரம் செத்துப் போகணும். பொறந்தாச்சு, இனி செத்துத்தான் ஆகணும். சாவு எப்ப வரும்னு தெரியலேயே? காத்துக் கெடக்கணுமா சாமீ. . .

வெள்ளையம்மாள் வானத்தைப் பார்த்துக் கொண்டே பேசிக் கொண்டிருந்தாள்.

நிர்க்கதியாய் நின்றிருந்த வேளையிலும் கடவுளிடம் தன் பிள்ளைகள் நன்றாக இருக்க வேண்டும் என்று பிரார்த்திக்கிறாள். இது தான் தாய் என்பவளின் உணர்வோ. பெற்றோரைப் புறக்கணித்தாலும்

பிள்ளைகள் மேலுள்ள பாசத்தால் சபிக்கத் தோன்றாதோ!

பாட்டி அழாத பாட்டி. பாட்டி பாட்டி அழாதே. கண்ணத் தொடச்சுக்கோ என்று கண்ணன் சொல்லிக்கொண்டே இருந்தான்.

அவனும் அழுதிடுவான் போல.

அவள் பேசுவது என் மனதில் ஒரு மிகப் பெரிய சங்கடத்தை உண்டாக்கியது.

கோடுகள் நிறைந்த குழி விழுந்து கருமையாகி போன விழியோரம் கண்ணீர் துளி வருவதைப் பார்த்த கண்ணனுக்கு பேச மறந்து போனது.

வெள்ளையம்மாளையும் கண்ணனையும் பார்ப்பதற்கு எனக்கு என்னவோ போலிருந்தது.

அங்கு ஒரு துன்ப அலை பரவியது.

கண்ணனுக்கு வேறு எதுவும் பேசத் தெரியாமல் ஏன் பாட்டி ரொம்ப நேரம் மௌனமா

உட்கார்ந்து இருப்பியே அந்நேரம் இதத்தான் நீ நினைச்சுக்கிட்டு இருப்பியா?

இந்த வாழ்க்கையில் வேறு ஒரு கொடுமையும் இருக்குடா கண்ணா. அது என்னான்னா அடுத்த நிமிஷம் என்ன செய்யணும்? எப்படி இருக்கணும்? என்ன நினைக்கணும்ன்னு தெரியாம மனசு வெறுமையாகி ஏதோ ஒரு பெரிய பாறையை தூக்கி

நெஞ்சில வச்ச மாதிரி ஓர் உணர்வு வருமே அது தான் கொடுமை. மகா கொடுமை.

பாறையைத் தூக்கி வைக்கணுமா ஏன் பாட்டி இப்படியெல்லாம் பேசுற கண்ணன் மெதுவாய் கேட்டான்.

இந்த கொடுமை மாதிரி இன்னொன்னு என்னான்னா பெத்து பாலூட்டி சீராட்டி வளர்த்த தாயை ஏதோ பார்க்கக்கூடாத விஷப்பூச்சி போல தன் பிள்ளைகள் பார்க்கும்போது மனசு படுற அவஸ்தை இருக்கே சொல்லி மாளாது. வயசான காலத்துல கவனிப்பு இல்லேன்னா அரண்மனை வாழ்க்கை கூட நரக வாழ்க்கை தான் என்று சொல்லி தன்னுடைய ஒவ்வொரு குழந்தை பிறப்பிற்கும் இறப்பிற்கும் தான் பட்ட கஷ்டத்தை நினைத்து அழுது தீர்த்து விட்டாள் வெள்ளையம்மாள்.

நான் எழுந்து போய் அவளுக்கு எப்படி ஆறுதல் சொல்வது என்று தெரியாமல் வீட்டிற்குள்ளேயே முடங்கிக் கிடந்தேன்.

எப்படி ஆறுதல் சொல்றதுன்னு தெரியாம கண்ணனும் அழத் தொடங்கி விட்டான்.

அடே கண்ணா. . . நீயேன்டா அழுகிறாய்?

இல்ல பாட்டி அதுக்கு அழல. எங்க அப்பாவும் அம்மாவும் ஒரு நாளைக்கு உன்னை மாதிரி வயசான தாத்தா பாட்டி அவங்க. உன் பிள்ளைங்க உனக்கு ஆதரவா இல்லையே அது போல நானும்

எங்கம்மாவுக்கும் எங்கப்பாவுக்கும் ஆகக்கூடாது. பெத்தவங்களுக்கு பிற்காலத்தில் அன்பும் ஆதரவும் கருணையும் காட்டினால் தான் அவங்க மனசு நிம்மதியா இருக்குன்னு நீ சொன்ன பிறகு தான் தெரிஞ்சுக்கிட்டேன். சத்தியமா நான் உன் பிள்ளைகள் மாதிரி வெறுப்பாகவும் கடுமையாகவும் என் பெற்றோரிடம் நடந்துக்க மாட்டேன். இது சத்தியம் என்று சொல்லி அழுது கொண்டே இருந்தான்.

கண்ணிமைக்கும் நேரத்தில் வீட்டிற்குள் ஓடி வந்து என் காலைப் பிடித்துக் கொண்ட கண்ணனின் அழுகை நிற்கவில்லை.

என் மனைவி மெல்ல அவனை விலக்கி தன் மார்போடு அணைத்துக் கொண்டாள். அப்பொழுதும் அவன் அழுகை நிற்கவில்லை.

வெள்ளையம்மாளுக்கு விஷயம் தெரிந்து விட்டது, தெளிந்தும் விட்டது ஒரு விதை தன்னால் விதைக்கப்பட்டது என்று.

அந்த சந்தோஷத்திலேயே மகிழ்ச்சியாய் செத்துப்போனாள்.

ஆனால் கிழவனோ உயிரோடு செத்துப் போனான். கிழவனைப் பார்க்கத்தான் எனக்கு பரிதாபமாக இருந்தது. வழிந்த கண்ணீரைத் துடைக்கத்தான் அங்கு ஆளில்லை . பாவம் அந்தக் கிழவன். வைத்த கையை தலையிலிருந்து எடுக்கவே இல்லை வயதான அந்தக் கிழவன். மனைவியைப் பிரிந்த கணவனின் நிலையோ அந்தோ பரிதாபம்!

இறுதிச்சடங்கிற்கு யார் செலவழிப்பது என்று வெள்ளையம்மாளின் பிள்ளைகளிடையே விவாதம் முற்றி சண்டையில் முடிந்தது. அங்கிருந்த உறவினர்கள் அவர்களை அழைத்து சமாதானப்படுத்தி இறுதி ஊர்வலத்தை நல்லபடியாக நடத்தி முடித்து வைத்த பின்பும் மயானத்தில் வெள்ளையம்மாளின் சிதையை எரிப்பதற்கும் அவர்களுக்குள் சண்டை ஏற்பட்டது. கடைசியாக மூத்த பிள்ளை சிதைக்கு தீ வைத்தான்.

தீ வைத்த சிறிது நேரத்தில் காற்று சுழன்றடித்து அவளது சிதையை நின்று நிதானமாய் செக்கச்செவேலென்று தென்கிழக்கு திசை நோக்கி கொழுந்து விட்டு எரியச் செய்தது. அக்னியின் ஜுவாலைகள் அவளை அப்படியே தனக்குள் முழுவதுமாய் சிவந்த தனது ஏழு கரங்களால் அள்ளி அணைத்துக் கொண்டது. தீயோடு தீயாய் கலந்து போனாள்.

அதிகாலையில் தன் வியாபாரத்துக்காக வாழ்வுக்காக தீ வைத்தவள் அந்தி மாலையில் அவளே தீயாகிப் போனாள்.

கொளுந்து விட்டு தகதகவென எரிந்த போது அவள் சந்தோசமாய் எரிகிறாள் என்று உணர்ந்து கொண்டேன். தீ எப்பொழுதும் மேல் நோக்கி நிற்பது போலவே வெள்ளையம்மாளும் தனது சிறந்த குணங்களால் உயர்ந்து நின்றாள். மாசுமருவில்லாத தீப்பிழம்பாய் அவள் மாறிப்போனாள். நெருப்பு மாசினை எரித்து அவற்றைத் தூய்மையாக்குவது போல

வெள்ளையம்மாளும் தூய்மை உள்ளவளாக மாறிப் போனாள். அக்னி அவளை இரையாக்கியது. அக்னியின் தீராப்பசியும் தீர்ந்தது.

தனித்து விடப்பட்டக் கிழவனை பிள்ளைகள் யாரும் கண்டுகொள்ளவில்லை. தகப்பனை தன்னோடு அழைத்துக் கொள்ள யாருக்கும் மனமில்லை. ஒருவேளை கிழவனிடம் சொத்துக்கள் இருந்தால் நிலைமை வேறு தானே?

மூன்றாம் நாள் சடங்கிற்கு கிழவன் வீடு வீடாகச் சென்று தன் பிள்ளைகளிடம் சொல்லியும் பிள்ளைகள் மட்டுமே வந்தனர். மற்றவர்கள் தெருவிலே நின்றுகொண்டனர். தள்ளாத வயதிலும் அவரை தள்ளி விட்டுச் சென்றனர்.

வெள்ளையம்மாளின் ஏச்சு பேச்சுக்காக தகப்பனிடம் மரியாதை இருந்தது. தாயும் போன பிறகு தகப்பனைப் பிள்ளைகள் உதாசீனப்படுத்தினர். அப்பொழுதும் கூட அந்தக் கிழவனிடம் எந்த முணுமுணுப்பும் இல்லை அகழ்வாரைத் தாங்கும் நிலம் போல.

ஒருவர் நல்லவரோ கெட்டவரோ அவரின் மரணம் சந்தோசமாக இருக்க வேண்டும். மனம் கசந்து போக வேண்டாமே.

கண்ணன் மூலமாக தான் விதைத்த விதை நன்கு மண் பிடித்து வேர் பரப்பி முளை துளைத்து கிளை பரப்பி இலை நிரப்பி பூக்கள் பூத்து மணம் பரப்புமென அவள் தெரிந்து கொண்டாள்.

"மழை பொழிய ஆரம்பித்து விட்டது, இது மழைக்காலம். மண் உடைத்து விதை வீரியமாய் வளரத் தொடங்கும்."

எதை விதைக்கிறோமோ அதுவே வளரும்.

அன்புடன்
வெங்கடேசன்.

அன்புள்ள

இன்று எங்களது திருமண நாள்.

உறவினர்கள் அனைவரும் எங்களை வாழ்த்துவதற்கு வந்து இருந்தார்கள். ஆளாளுக்கு சந்தன மாலைகளையும் ரோஜா மாலைகளும் வாங்கி வந்து எங்கள் கைகளில் கொடுத்து பரஸ்பரம் மாற்றிக் கொள்ளச் சொன்னார்கள்.

என் சம்பந்தியும் குடும்ப சகிதம் வந்திருந்து மாலைகள் அணிவித்து வாழ்த்தினார்கள். என் மருமகன் நகர்வுப் படம் எடுத்துக் கொண்டிருந்தார்.

என் தாயாருக்கு உள்ளுக்குள் பூரிப்பு.

என் மாமனாரும் மாமியாரும் வாழ்த்தினார்கள்.

மாலை மாற்றும் பொழுது உறவினர்கள் அனைவரும் கைதட்டி ஆரவாரித்து அன்பு பாராட்டினார்கள். இளம் உள்ளங்கள் மிகவும் அன்புடன் எங்களை கேலி செய்து கொண்டாடி மகிழ்ந்தனர்.

சிரிப்புகளுக்கு மத்தியில் கேக் வெட்டி நாங்கள் இருவரும் ஒருவருக்கொருவர் ஊட்டினோம். எல்லோரும் எங்களை கேலி செய்தார்கள். பிறகு அந்த கேக்கை வெட்டி எல்லோருக்கும் பகிர்ந்தளித்தோம்.

அப்பொழுது செல்போன் அடிக்கடி ஒளியைத் துப்பியது. நகர்வுப் படமும் எடுத்தார்கள். ஒரு செல்போன் சற்றுத் தள்ளி வைக்கப்பட்டு நிகழ்வுகளை எடுத்துக் கொண்டிருந்தது.

ஆரவாரம் முடிந்து நாங்கள் எல்லோரும் அமர்ந்து பேசிக் கொண்டிருந்தோம்.

அப்பொழுது என் மனைவியின் முதல் தங்கை மகன் என்னிடம், 'பெரியப்பா, நீங்கள் முதன்முதலில் பெரியம்மாவை எங்கு எப்பொழுது பார்த்தீர்கள்? என்ன பேசினீர்கள்? என்ன செய்தீர்கள்? என்று போன்ஸ்லே கேட்டான்.

'பெரியப்பா, பெரியம்மாவைப் பார்க்கும்போது நீங்க என்ன நெனச்சீங்க' என்று இன்னொரு தங்கையின் மகன் கிறைஸ்டன் கேட்டான்.

நான் என்ன சொல்லப்போகிறேன் என்று என் மனைவி என்னை பார்த்துக் கொண்டிருந்தார்.

நான் அமைதியாய் இருந்தேன். என்னுடைய சிந்தனை பின்னோக்கி நகர்ந்தது. என் நினைவலைகள் மேகங்கள் நகர்வதைப் போல் மெதுவாக நகர்ந்தது.

அது ஒரு பின்பனிக்காலம். மாலையில் கோவில் வாசலில் என் மனைவியை முதன்

முதலாய் பார்க்கும் பொழுது பனி சூழ்ந்த அந்த நேரம் உடலும் உள்ளமும் குளிர்ந்திருந்தது.

பெண்ணின் தகப்பனார் அதாவது எனது மாமனார் என்னிடம் வந்து பெண்ணைப் பிடித்திருக்கிறதா என்று கேட்டார். அதற்கு நான் முதலில் உங்கள் மகளுக்கு என்னைப் பிடித்திருக்கிறதா என்று கேளுங்கள் என்றேன்.

மாமனார் திரும்பி வந்து பிடித்திருக்கிறது, உங்களுக்கு பிடித்திருக்கிறதா என்று கேட்டார். சந்தோஷத்தில் எனக்கும் பிடித்திருக்கிறது என்று சொன்னேன். சுமார் நூறு அடி தொலைவில் இருந்து பார்க்கும் பொழுது உருவம் தெரிந்தது முகம் சரியாகத் தெரியவில்லை.

பெண்ணை நன்றாகப் பார்த்தீர்களா என்றும் கேட்டார். இருங்கள், பார்த்துச் சொல்கிறேன் என்று கூறி விட்டு விடுவிடுவென பொண்ணு பக்கத்தில் வந்து நின்றேன்.

ஓரடி நகர்ந்து நின்றதும் இவர் தான் பெண்ணென அறிந்து கொண்டேன். பின்பு என் உறவினர்கள் அருகில் வந்து நின்று கொண்டேன். என்னை வெகுநேரம் பார்த்துக் கொண்டிருந்தார். நானும் பார்த்துக் கொண்டிருந்தேன்.

இருங்க பெரியப்பா. இந்த சீனுக்கு ஒரு பாட்டு பாடலாம்.

“என்னை முதன்முதலாக பார்த்த போது என்ன நினைத்தாய்?”

அது பழைய பாட்டுடா. புதுப்பாட்டு பாடு. கேட்கலாம்.

“என்ன நெனச்சே நீ என்ன நெனச்ச என் நெஞ்சுக்குள்ள உன்ன வச்சு தச்சபோது.”

ஓ. . . என்று சந்தோசக் கூச்சலோடு கைத்தாளமும் சேர்ந்து கொண்டது.

எங்களது நான்கு வயது பேத்தி 'ஜுவானா ப்ரேவ்' வண்ணப் பென்சில்களை வைத்து வண்ணம் தீட்டிக் கொண்டிருந்தாள். எல்லோரும் கைத்தாளமிடும் போது அவளும் நிமிர்ந்து பார்த்து கூச்சலிட்டு பிஞ்சுக்களால் அவளும் ஆர்ப்பரித்தாள். பார்க்க கண் கோடி வேண்டும். எத்தனை கோடி இன்பம் வைத்தாய் இறைவா? உண்மை தான்.

போதும், போதும். நீங்க சொல்லுங்க பெரியப்பா.

"எல்லோரும் சற்றுப் பொறுங்கள். ஏன் என் பக்கத்தில் வந்து நின்றார் என்று கேளுங்கள்" என்றார் என் மனைவி.

என்னாது, உங்க பக்கத்துல பெரியப்பா வந்து நின்றாரா? அப்பொழுது நீங்கள் என்ன செய்தீர்கள் பெரியம்மா என்று உணவுப் பொட்டலங்கள் வாங்கி வந்த என் மனைவியின் தங்கை மகன் கால்வின் கேட்டான்.

திடுதிடுப்பென்று பக்கத்துல வந்து நின்றால் என்ன செய்வது? தள்ளித் தான் நிற்கணும் என்றார் என் மனைவி.

திருமணம் முடிந்த பின்னொரு நாளில், "ஏன் என் பக்கத்தில் வந்து நின்றீர்கள் என்று கேட்டதற்கு நீ தான் பொண்ணுக்கு அத்தையாக இருக்கும் என்று நினைத்து பொண்ணு யாருன்னு கேட்கலாம்ன்னு

நெனச்சி பக்கத்துல வந்தேன். நீ நகர்ந்ததும் பொண்ணே நீ தான் தெரிஞ்சுக்கிட்டேன்" என்றேன்.

இதுக்கு முன்னால பொண்ண பாத்தீங்கன்னு சொன்னீங்களே, அப்பொழுது யாரைப் பார்த்தீர்கள் என்று என் முதல் மகள் கேட்டாள்.

கூட்டத்துல நெறைய பேர் இருந்தால சரியாத் தெரியல என்றேன்.

சரி, விஷயத்துக்கு வாங்க, அப்புறம் என்னாச்சு என்றான் என் மனைவியின் இரண்டாவது தங்கை மகன் வின்ஸ்டன்.

என் பேத்தி வண்ணங்கள் தீட்டுவதிலேயே கவனமாக இருந்தாள்.

பெரியவர்கள் எல்லோரும் பேசிக்கொண்டிருந்தார்கள். எங்கள் பக்கத்து வீட்டுப் பெண்மணியை அழைத்துச் சென்றிருந்தோம். அவர் என் மனைவியின் கைகளைப் பற்றி பின் கன்னங்களில் கை வைத்து நெற்றியில் முத்தமிட்டு கூந்தலில் மல்லிகைச் சரத்தைச் சூடினார்கள். ஒரு கிறிஸ்தவ கோவிலில் ஒரு பெண்மணி நெற்றி நிறைய விபூதியை வைத்துக் கொண்டு ஒரு கிறிஸ்தவ இளம்பெண்ணுக்கு பூச்சூடுவதை கோவில் வாசலில் இருந்த எல்லோரும் வியப்புடன் பார்த்தார்கள். அன்பை வெளிப்படுத்த மதமா முக்கியம்?

பெண் பார்க்கும் படலம் முடிந்தது. பின் அனைவரும் மேற்கொண்டு பிறகு பேசலாம் என்றார்கள். எங்களில்

யாரோ ஒருவர், "வாருங்கள், இந்த சந்தோசத்தை ஹோட்டலில் இனிப்பு சாப்பிட்டு கொண்டாடுவோம்" என்று அழைக்க நாங்கள் அனைவரும் சென்றோம்.

சரிப்பா, சாப்பிடும் போது அம்மாவைப் பார்த்தீர்களா என்று மூத்தமகள் கேட்டாள்.

பார்க்காமல் இருப்பேனா என்றேன்.

ஓரக்கண்ணால் பார்த்தீர்களோ?

நான் ஏன் ஓரக்கண்ணாலே பார்க்கணும். நேரடியாகவே பார்த்தேன்.

அம்மா, அழகாக இருந்தாங்களா? என்று இன்னொரு மகள் கேட்டாள்.

அம்மா எப்பவும் அழகு தான்.

எல்லோரும் கூச்சலிட்டார்கள். என் மனைவியின் தங்கைகளின் கணவர்களும் அவர்களது பிள்ளைகளும் கேலியாய் சிரித்தார்கள். மச்சான், விஷயத்துக்கு வாங்க என்று என் மைத்துனர் ராஜா கேட்டார்.

சிறிது நாள் கழித்து நிச்சயதார்த்தம் திருமணம் போல் நடந்தது. நான் பேசிக் கொண்டிருக்கும் போது வேறொரு அறையிலிருந்து எல்லோரும் கவனிங்க, நிச்சயதார்த்துக்குப் பிறகு பெரியப்பா எனக்கொரு கடிதம் எழுதியிருக்காரு அத எல்லோரும் படிங்க என்று கூறி ஒரு கடிதத்தைக் கொண்டு வநதார் என் மனைவி.

கல்யாணத்துக்கு முன்னாலேயே காதல் கடிதமா? கொண்டு வாங்க பெரியம்மா முதலில் அதைப் படிப்போம்.

இதை இன்னும் பத்திரப்படுத்தி இருக்கிறாயா என்றேன். அந்தக் கடிதத்தை வாங்கியதும் நீண்ட பின்னோக்கிய காலங்களுக்கு மனம் தாவியது.

இந்த உலகிலேயே வேகமாய் செல்லக்கூடியவைகளில் மனம் தான் முதலிடம். மனம் செல்லும் வேகம் தான் மிக விரைவு. எந்த தள்ளாட்டமில்லாமல் சட்டென எங்கே நிற்க வேண்டுமோ அங்கே அம்சமாய் மனம் நிற்கும்.

கடிதத்தப் பார்த்தது போதும். கொண்டாங்க படிப்போம் என்று சொல்லி 'வின்ஸ்டன்' படிக்க ஆரம்பித்தான். அடுத்து படிப்பதற்கு 'கால்வின்' அவனுடன் இணைந்து கொண்டான்.

மதுரை

15. 03. 1993

அன்புள்ள ---,

எப்படி அழைப்பதென்று தெரியவில்லை.

நலம், நாடுவதும் அதுவே.

நிச்சயதார்த்தம் முடிந்து வீடு திரும்பியதிலிருந்தே உன் ஞாபகம் தான். திருமண நாள் எப்பொழுது வருமென்று ஆவலாக இருக்கிறேன்.

இங்க பாருடா. ஒரே நினைப்பா இருக்குதாம்ல. அடுத்து படி.

அதுவரையில் நான். . .

அதுவரையில் நான்

அனலில் மெழுகோ

அலைக் கடலில் தான்

அலையும் படகோ?

இந்தத் திரையிசைப் பாடல் தான் ஞாபகம் வருகிறது. பாடலும் ஆவலைத் தூண்டி உன்னை நினைக்கச் செய்கிறது. உள்ளம் உருகச் செய்கிறது.

இப்பொழுது என்ன செய்கிறாய்?

நிச்சயதார்த்தம் முடிந்து ஒருநாள் வேலை முடிந்த மாலை வேளை உன்னைக் காண நான் வந்தேன். தேநீர் கடையில் தேநீர் குடித்துக்கொண்டு உன்னைப் பார்த்தேன்.

நீயென்னைப் பார்க்கவில்லை.

பெரியம்மாவைப் பார்க்க வந்துருக்காருடா என்றான் "கால்வின்."

களைப்போடு நீ வந்த வேளை நெற்றி முழுவதும் ஆங்காங்கே வியர்வைத் துளிகள் அரும்பியிருந்தது. ஒரு சிப்பியில் இத்தனை முத்துக்களா?

பாத்தியா, பாத்தியா பெரியப்பாவ. வேர்வைத் துளிகள் அவருக்கு முத்துக்களாம் என்று ஏளனமாய் பார்த்து கேலி செய்தார்கள். மேல மேல பேசாதடா. முழுவதும் படி.

கைக்குட்டை எடுத்து வியர்வைத் துளிகளை மெதுவாய் துடைத்து ஒத்தடமிட்டது பார்க்க அழகாக இருந்தது.

நடையில் வேகம் இல்லை, ஒரு அயர்ச்சி தெரிந்தது. அதில் முதிர்ச்சியும் தெரிந்தது. உன் தளர்ந்த நடையைப் பற்றியும் ஒரு கவிதை சொல்லலாம்.

நடையது

ராகம்,

சடையது

தாளம்.

ரொமான்ஸ், ரொமான்ஸ் ஆஹா ஆஹா என்று கைத்தாளமிட்டனர். அவர்களின் சிரிப்பொலி காதை நிறைத்தது. எனக்கு புளங்காகிதம் அடைந்தது.

இந்தக் கடிதத்தை உன் பெற்றோரிடம் காட்டு. உன்னை நான் பார்க்க வேண்டும், ஆசையாய் இருக்கிறது. நான் உங்கள் வீட்டிற்கு வரலாமா அல்லது நீ எங்கள் வீட்டிற்கு வருகிறாயா? சிறிது நேரம் பேசிக்கொண்டிருப்போம்.

பார்த்துப் பேசி ஏக்கத்திற்கு நீர் வார்ப்போம். ஏக்கம் வளரட்டும் ஏப்பம் விட்டு. உனக்கும் அப்படித்தான் இருக்கும் என்று நினைக்கிறேன்.

எனக்கு பாடல்கள் கேட்பதும் இசைக்கருவிகள் இசைப்பதும் திரைப்படங்கள் பார்ப்பதும் புத்தகங்கள் படிப்பதும் தான் எனது பொழுதுபோக்கு. இதுதானே இன்றைய பொழுது போக்கு. இந்த நான்கிலும் நீ ஈடுபடுவாய் என்று நினைக்கிறேன்.

படிப்பதற்கு என்னிடம் ஏராளமான புத்தகங்கள் இருக்கிறது. அதை நீ படித்து நேரத்தை செலவழிக்கலாம். ஓய்வு நேரங்களில் தேவையில்லாமல் சிந்தித்து பொழுது போக்குவதை விட புத்தகங்களைப்

படித்து உலகத்தை எளிதாக தெரிந்து கொள்ளலாம். புத்தகங்கள் நம் அறிவை விரிவடையச் செய்கிறது. ஒரு சம்பவத்தை பல்வேறு கோணங்களில் நம்மை சிந்திக்க வைக்கிறது புத்தகம்.

பின்பு தேனீர் அருந்திவிட்டு பேருந்து ஏறி நெஞ்சு நிறைந்த சந்தோஷத்துடன் வீடு வந்து சேர்ந்தேன். வீட்டிலிருந்தவர்கள் கேட்டார்கள், 'நீ எங்கே சென்றிருந்தாய் ' என்று. நான் சொன்னேன் அவர்கள் சிரித்தார்கள். அடுத்த வாரம் நாம் அங்கு செல்லலாம், எங்களுக்கும் பார்க்க வேண்டும் ஆவலாக இருக்கிறது என்று சொன்னவுடன் நான் சரி என்று சொன்னேன்.

அடுத்த வாரம் வருகிறோம். நாம் அப்பொழுது பேசிக்கொள்ளலாம்.

அதுவரை நான் இளம் சூடாய் உன் நினைவுகளை அடை காத்து அமர்ந்திருப்பேன் மௌனமாய். இன்றிலிருந்து சரியாக இருபத்தோரு நாள். . .

அன்புடன்
சௌ பீ. தாமஸ்

அப்புறம்? எல்லோரும் கேட்டார்கள்.

அப்புறம் கல்யாணம் தான்.

தனக்குத் தானே ஒரு கடிதம்

வீட்டு வாசலில் மிதிவண்டி மணி ஒலித்து தபால் என்ற சத்தம் கேட்டு வெளியில் வந்தேன்.

ஐயா வாங்க. உங்களுக்கு கடிதம் வந்திருக்கு என்றார்.

நான் வருவதற்குள் தபால்காரர் கடிதத்தை முன்னும் பின்னும் பார்த்து விட்டு என்ன ஐயா, உங்களுக்கு நீங்களே கடிதம் எழுதுவதா என்று கேட்டு சிரித்தார்.

ஆமா, ஐயா. இந்தக் காலத்துல நம் நண்பர்களுக்கு கடிதம் எழுதினால் திட்டுவார்கள் அல்லது கேலி செய்வார்கள். கடிதம் எழுதுவதற்கு செல்பேசியிலேயே சொல்லி விடலாமே என்று ஏளனம் செய்வார்கள்.

அதற்குத்தான் எனக்கு நானே கடிதம் எழுதியுள்ளேன். என்னை நானே திட்டவும் முடியாது, கேலி செய்யவும் முடியாது, இல்லையா?

சமீப காலங்களில் எனக்கு யாரும் கடிதங்கள் எழுதவில்லை. நானும் பிறருக்கு எழுதவில்லை. எழுதவேண்டும் என்ற ஆவல் அதிகம் இருந்ததால் எனக்கு நானே கடிதம் எழுதியுள்ளேன்.

தபால்காரர் எத்தனை நபர்களுக்கு கடிதங்கள் கொடுத்திருப்பார், அதை வாங்கியவர்களின்

முகங்களையும் அறிந்திருப்பார், அதில் தெரிந்த நவரசங்களையும் பார்த்திருப்பார்.

தபால்காரர் பிறர் உள்ளங்களையும் உணர்வுகளையும் தன்னுள் பொதிந்து வைத்திருக்கும் நடமாடும் எண்ணங்களின் கலைக்கூடம்.

சிரித்துக் கொண்டே ஒரு பார்வை பார்த்தார். என்ன நினைத்தாரோ தெரியவில்லை?

கடிதத்தை வாங்கி வாசல் படியில் அமர்ந்து கடிதத்தை மெல்ல பிரித்தேன். சுமார் இருபது முப்பது ஆண்டுகளுக்கு முன்பு தான் கடிதங்களின் செல்வாக்கு இருந்தது. கோலோச்சிய காலங்கள் அவை. மணிமுடி பறிக்கப்பட்ட அரசனைப் போல் கடந்த கால மிச்சங்களின் எச்சங்களை வடுக்களாக பாவித்துக் கொண்டிருக்கிறது தபால் நிலையங்கள். "பழையன கழிதலும் புதியன புகுதலும் வழுவல கால வகையி னானே" இதுவும் உண்மை தானே. ஏற்றுக்கொள்ளத்தான் வேண்டும். வேறு என்ன தான் செய்ய முடியும்?

கடிதங்கள் எழுதுவதும் வாங்கிப் படிப்பதும் இனம் புரியா இன்பத்தின் வெளிப்பாடு. தபால்காரரைப் பார்த்தாலே உள்ளுக்குள் குதூகலம் பிறக்கும். அவர் மீது புரியாத ஒரு பாசம் வரும்.

இனி கடிதத்தைப் படிப்போம்.

மதுரை,

07. 07. 2021.

அன்புள்ள தாமஸ்,

என்ன எழுதலாம்? ஏதாவது எழுதுவோம்.

நலம். நலமறிய ஆவல்.

நதி அழகாய் ஓடிக்கொண்டிருக்கிறது. சில்லென்ற குளியலில் மனம் ஆனந்தம் கொள்கிறது. பெரும்பாலும் வேடிக்கைப் பார்ப்பதில் தான் மனம் லயித்துப் போகிறது. என்னை விட்டு கடந்து சென்ற நீரினைப் பார்க்கும் போது அமைதியாய் தான் ஓடியிருக்கிறது. எத்தனையோ மேடுகளையும் பள்ளங்களையும் பார்த்து ஆசுவாசப்பட்டு அங்கு வீசும் காற்றின் மெல்லிய வருடலில் மௌனமாய் பார்த்துக் கொள்ள முடிகிறது. கடந்த காலத்தை திரும்பிப் பார்க்கும் போது இனிய பாடலைப் போல் முணுமுணுக்கச் செய்கிறது. அழகான அற்புதமான நிகழ்வுகளின் சலசலத்த ஓசைகள் செவிகளில் கேட்டுக் கொண்டே இருப்பது மேலும் மேலும் ஆவலைத் தூண்டுகிறது.

நிகழ் பொழுதுகளும் நிம்மதியாய் கழிகிறது.

பெரும்பாலும் கடந்த காலத் தவறுகளை எண்ணும் பொழுது மனம் கூசுகிறது. அதற்காக உள்ளம் வருந்துகிறது. மன்னிப்பும் கேட்கத் தயக்கமில்லை.

செய்த தவறுகளை தைரியமாய் ஒப்புக் கொள்ள முடிகிறது. மன்னிப்பு கேட்க முன் வர முடிகிறது. மன்னிப்பை இறைஞ்சுகிறது. தண்டனையைச் கூட ஏற்றுக் கொள்ள ஒரு பக்குவம் வந்து விடுகிறது.

வாய் விட்டு சிரிக்கவும் வாய் பொத்தி அழுதிடவும் மிக எளிதாய் கை கூடி வருகிறது.

அலட்சியமாக யாராவது பேசினால், "உன்னை விட நான் எதில் குறைவு; இல்லை, என்னை விட நீ எதில் உயர்வு" என்று வெளிப்படையாய் சிரித்துக் கொண்டே கேட்பதற்கு வலிமை வந்துள்ளது.

வாழ்க்கைப் புத்தகம் திறந்தே கிடக்கிறது. விமர்சனங்களும் விவாதங்களும் மண்டிக் கிடக்கும். தேவையானதை என்னிடமிருந்து நீங்கள் பெற்றுக்கொள்ளலாம். அது நல்லதாகவும் இருக்கலாம், கெட்டதாகவும் இருக்கலாம். கிளறிய போது கிடைப்பது ஏராளம். கோழிகளுக்கு மட்டுமே தெரியும்!

மாயங்களில் ஏற்பட்ட காயங்களும் மாயங்களாகும் போது வாழ்க்கை ருசிக்கத்தான் செய்கிறது. வாழ்க்கை கற்றுத் தந்த பாடங்கள் கசப்பைத் தந்தாலும் மன்னிப்பு இனிப்பைத் தந்து மெய் மறக்கச் செய்கிறது. மனதை அழுத்தும் அசை போட நினையாத காயங்களை மயிலிறகால் மெல்ல வருடி இயல்பு நிலைக்கு திரும்ப வைக்கிறது மறதி. மறதியே மனிதனின் மிகப் பெரிய சொத்து. மறதி என்ற செயலில்லையென்றால் மனிதன் கொடூரமாகத்தான் மாறியிருப்பான்.

எந்தவித நிபந்தனையின்றி எல்லோரையும் நேசிக்க அனுபவம் கற்றுத் தந்திருக்கிறது. அன்பே தானே ஆதாரம். அன்பை என்னால் பிறர் மனதில் ஆழமாய் விதைக்க முடிகிறது. பிறரால் முடியாத போது வெறுமை சூழ்கிறது. அது சரி, ஐந்து விரல்களும் ஒன்றாகவா இருக்கிறது?

வன்சொல்லால் என்னைக் குத்திக் கிழித்தாலும் எனக்கு நானே தையல் போட்டுக் கொண்டு நாவினாலே சுட்ட வடுக்களை வேதனையோடு மௌனமாய் அமர்ந்து தடவிக்கொண்டு இருக்கிறேன். காலங்கள் பதில் சொல்லும். அதுவரை காத்திரு. அப்பொழுதும் மன்னிக்கத் தயாராயிரு. மன்னிப்பு ஒன்றே உலகை ஆளும்.

என்னைப் பற்றி நானே பெருமிதப்பட்ட நாட்கள் பல உண்டு. என்னைப் பற்றிய பெருமிதங்கள் கானல் நீராய் தோன்றும் போது இது தேவையில்லையோ என நினைக்கத் தோன்றுகிறது. என்னை நீங்களல்லவா பெருமை பாராட்ட வேண்டும். பாராட்டத்தான் மனமிடம் மனமில்லை.

பாராட்டும் போது தான் அன்பே மிளிர்கிறது. மீண்டும் மீண்டும் இணையச் செய்கிறது. அன்பு துளிர்த்திடும் வேளையில் நட்பு இன்னும் இன்னும் பலம் பெறுகிறது.

கிளைகளின் நிழலில் அமர்ந்து இளைப்பாறி கனிகளைப் பறித்துத் தின்று பறந்து சென்றவைகளும், பல நேரங்களில் என் கிளைகளைக் கொத்திச் சென்ற பறவைகளும் ஏராளம். அப்பொழுதும் நான் வேடிக்கை தான் பார்த்துக்கொண்டிருக்கிறேன். வாவென்று

வரவேற்கவும் போவென்று விரட்டவும் என்னால் இயலவில்லை. வந்தாலும் சரி, போனாலும் சரி. இரண்டும் ஒன்று தான்.

கற்கள் குத்தி முட்கள் குத்தி கை கால்களில் சிராய்ப்புகளை ஏற்படுத்தி இரத்தம் சுவைத்த கரடுமுரடான பாதைகள் தான் உலகின் உன்னதமான இடத்திற்கு அழைத்துச் செல்கிறது. உன்னதமான இடத்திலிருந்து ரணங்களை ஏற்படுத்திய பாதைகளைத் திரும்பிப் பார்த்தால் கசப்பான அனுபவங்கள் தான் கண் முன்னே தெரியும். அதன் முடிவுகளோ மிக அற்புதமாக இருக்கும். ரணங்களையே பார்த்துக் கொண்டிருந்தால் அதன் கொடிய துர்நாற்றம் நம்மை வாழ வைக்காது. ஆகவே துன்பங்களை ஏற்றுக் கொண்டு அவற்றையும் ரசிக்க கற்றுக் கொண்டால் வாழ்க்கை ஆனந்தமே.

என் விழுமியங்கள் எல்லை கடந்தவை. மழைக்கால மேகங்கள் போல் அழகானவை.

மறந்து போகாத நினைவுகளும் மறந்து போன கனவுகளும் சிறு துளிக்கண்ணீரை வரவழைத்துக் கொள்கிறது.

இன்பங்களைத் தேடித்தேடி அலைந்த நாட்களில் பெற்றுக் கொண்ட அனுபவங்கள் அற்புதமானவை. கலைகளை நாடி ஓடி துய்த்தவைகள் அநேகம். அனுபவங்கள் இறுதிவரை ஊதுபத்தி போல் வெண்ணிற புகை பரப்பி மணம் பரவும்.

இசையைக் கற்றுக்கொள்ள வயலின் பழகியதுண்டு. வயலினோடு பழகிய நேரங்களில் மனம் வேறொரு நிலையில் சந்தோசத்தில் மூழ்கியது. இசையை மற்றும் திரை இசைப் பாடல்களைக் கேட்பதும் ரசிப்பதும் அதனோடு பயணிப்பதும் அது ஒரு சுகானுபவம்.

புத்தகங்கள் படிப்பதும், படித்தபடியே தூங்குவதும் தூங்கி எழுந்து மீண்டும் படிப்பதும் அதைப் பற்றி நண்பர்களிடம் கலந்துரையாடுவதால் உலகத்தின் இன்னொரு முகத்தைக் காண உதவியது.

பல்வேறு மொழித் திரைப்படங்களைத் தேடித்தேடி கண்டதும் உலகத் திரைப்படங்களை பற்றிய அறிவை வளர்த்துக் கொண்டதில் உலகையே வலம் வந்த மாதிரியான உணர்வுகளோடு அதற்காக மெனக்கெடுவதும் அழகானது.

கவிதை, சிறுகதைகள் எழுதுவதிலும் ஒரு தனித்தன்மையை வளர்த்துக்கொள்வதில் பெருமுனைப்பு உண்டு. பாடல்கள் எழுதி அதை ஒலிப்பதிவுக்கூடத்தில் பாடல் பதிவு கண்டு மனம் சொக்கிய தருணங்களும் குறுந்தட்டுகளாக வெளியிட்டும், தான் எழுதிய சின்னஞ்சிறு கவிதைகளைப் புத்தகங்களாக்கி மகிழ்ந்த காலங்களும் உண்டு. கவிதைத் தொகுதிகளைப் படித்துப் பார்த்து பாராட்டியவர்கள் பலர், பாராட்டு மழையில் நனைந்த வேளையிலும் நம் வேலையை நாம் பார்ப்போம் என்ற தன்னடக்கம் மறுமொழியானது.

திருமண வாழ்விலும் இன்பங்கள் பல உண்டு. இன்பத்தை நுகர்கையில் " எல்லா உயிர்க்கும் இன்பம்

என்பது தானமர்ந்து வரூஉம் மேவற்றாகும் "தொல்காப்பியரின் கூற்று. இன்பங்கள் பல வகை இருப்பினும் எது சிறந்தது என்று கூற இயலுமா?

மண் பார்த்த கையாக இருக்கட்டும், விண் பார்த்த கையாக இருக்க வேண்டாமே. கேட்கும் போது கொடு. அதுவும் அன்பை வளர்க்கும். நாடி நரம்புகளெல்லாம் துடிக்கும் வரை செய்நன்றி மறக்க வேண்டாம்.

மௌனித்த பொழுதுகளில் உலகை நினைத்து ஆச்சரியப்பட்டு இவ்வுலக வாழ்வில் நேர் எதிர் பிம்பங்களுக்கிடையே தான் வாழ்ந்தாக வேண்டும் என்ற ஆதங்கம் நிறையவே இருக்கிறது.

வாழ்வின் இன்னொரு பொருளே முரண்பாடு. முரண்பட்ட உலகமே இறுதி வரைக்கும். அனுபவிக்க வேண்டும் என்று ஏன் விரும்புகிறாய்? எது இன்பம் எது அனுபவம் இதையே திரும்பத் திரும்ப கேட்டுப்பார்.

நல்லது எது கெட்டது எது என்று உன்னில் உள்ளதை மற்றவர்களிடம் திணிக்காதே. அதனால் அடுத்தவருக்கு பாதிப்பு ஏற்படும் எந்த வகையிலும். ஆகவே நீ நீயாகவே இரு. உன் அன்பு, அறிவு இவை இரண்டையும் மனித மனங்களில் தூவி விடு. அறுவடை என்பதே இருக்காது.

சிறுவயதிலேயே ஆடைகள், உணவுகள், ஆபரணங்கள், பணம், செல்வாக்கு ஆகியவற்றில் மூச்சு முட்டியதால் என்னவோ அதன் மீது துளி கூட ஆசையும் இல்லை, வாங்கி அனுபவிக்க வேண்டும் என்ற ஏக்கமுமில்லை.

பேரப் பிள்ளையோடு கொஞ்சிப் பேசி நேரத்தைக்கழிப்பதிலும் உவகை கொள்கிறது. இதன் மூலமும் வாழ்க்கை நிறைவடைகிறது. ஒரு மனிதன் தன் பேரக்குழந்தைகளோடு நேரத்தை செலவிடும் போது அவன் பூரணம் அடைகிறான். மனம் பண்பட்ட நிலையிலேயே வாழ்வு பூர்த்தி அடைகிறது.

ஒவ்வொரு பொழுதும் அழகாய் விடிகிறது. ஒவ்வொரு இரவும் அமைதியாய் கவிழ்கிறது. நதி அழகாய் ஓடிக்கொண்டிருக்கிறது. அதனோடு குளுமையும் வெம்மையும் பூக்களையும் குப்பைகளையும் சத்துக்களையும் அமைதியையும் ஆர்ப்பரிப்பையும் அணைத்தெடுத்து கடலை நோக்கி ஓடிக்கொண்டிருக்கிறது. கடல் சேரும் நாள் எப்பொழுதோ? அதுவரை நதியின் தன்மை மாறாது.

நதி அழகாய் ஓடிக்கொண்டிருக்கிறது. வந்த போது அழுதோம், சிரிக்கும் போது போகலாம். வந்த போதும், போகும் போதும் ஏன் என்று யாரிடமும் கேட்க முடியாது. கேட்டாலும் பதில் தர யாராலும் முடியாது. இதுதான் வாழ்க்கை. வாழ்க்கைப் பயணத்தில் நல்ல அனுபவங்களும் மோசமான அனுபவங்களும் கிடைத்திருக்கும். கேள்வி கேட்கவும் முடியாது பதிலும் பெற முடியாது. என்னதான் செய்வது? மௌனமாய் இருப்பது தான் சிறந்தது. அழகாய் வாழ்வதை விட அன்பாய் வாழ்வதே உத்தமம்.

என்றென்றும் அன்புடன்
சௌ பீ. தாமஸ்.

நான் நேரில் கேட்டவைகளையும் பார்த்தவைகளையும் தான் சிறுகதைகளாக்கி உள்ளேன். இந்தக் கதைகள் படிப்பவர் மனதில் நிச்சயம் ஒரு பாதிப்பை உண்டாக்கும். அப்படியெனில் அதுவே ஒரு வெற்றி தான்.

சௌ பீ. தாமஸ்

ஆசிரியரை பற்றி

சௌ பீ. தாமஸ்

"ஒரே ஒரு கவிதை" என்ற முதல் கவிதைத் தொகுதி என்னில் அடுத்ததுக்கான உத்வேகத்தைக் கொடுத்தது. என்னைப் பாதித்த சம்பவங்களைத் தான் கவிதையாக வடிக்கிறேன். கரு எங்கேயும் தேட வேண்டியதில்லை, நமக்கு அருகிலேயே இருக்கலாம். கவிஞன் என்பவன் இதைத் தான், இப்படித் தான் எழுத வேண்டும் என்ற வரையறை இல்லை. எது தன்னைப் பாதித்து எப்படி வருகிறது என்பதே முக்கியம். எரிமலை கொதித்துக் கொண்டிருந்து திடீரென பீறிட்டுக் கிளம்புகிறதோ அப்படித் தான் கவிதையும். பால் பொங்குவது போல, மொட்டு மலர்வது போல, கூடு உடைத்து பட்டாம்பூச்சி பறப்பது போல.

அது போலவே இந்தக் கவிதைகளும். ஏதாவது ஒரு கவிதை மனம் நெகிழச் செய்யும், பரவசப்படுத்தும் அல்லது பரிதாபப்படுத்தும். அப்படியெனில் அதுவே வெற்றி. முன்னம்

போல் இதுவும் ஒரே ஒரு கவிதை தான். அடிக்கோடிட்டவை மட்டும். "கவிதையும் நானும்" என்ற கவிதைத் தொகுப்பு நிகழ்காலத்தில் பயணித்து தொண்ணூறுகளில் நிறைவடைகிறது. எனக்காக பல இடையூறுகளை புறந்தள்ளி அணிந்துரை வழங்கிய எனது தாயாருக்கும் வாழ்த்துரை வழங்கிய எனது மனைவிக்கும் நன்றிகள் பல.

FCW - #0236 - 061026 - C0 - 200/125/5 - PB - 9789354902437 - Gloss Lamination